ÁSTRÍÐUR ÁVEXTIR MATREIÐSLUBÓK

100 ljúffengar uppskriftir og skapandi hugmyndir til að elda með ástríðuávöxtum

Kristofer Ingason

Höfundarréttarefni ©2023

Allur réttur áskilinn

Engan hluta þessarar bókar má nota eða senda á nokkurn hátt eða á nokkurn hátt án skriflegs samþykkis útgefanda og höfundarréttarhafa, nema stuttar tilvitnanir sem notaðar eru í umsögn. Þessi bók ætti ekki að koma í staðinn fyrir læknisfræðilega, lögfræðilega eða aðra faglega ráðgjöf.

EFNISYFIRLIT

EFNISYFIRLIT **3**
KYNNING **6**
MORGUNMATUR OG BRUNCH **7**
   1. Passionfruit Curd kleinuhringir 8
   2. Ástríðupönnukökur 12
   3. Passion Fruit Yoghurt Parfait 14
   4. Franskt brauð ástríðuávaxta 16
   5. Passion Fruit Scones 18
   6. Passion Fruit Muffins 20
   7. Passion Fruit Crepes 22
   8. Ástríðuávaxtahafrarferningar 24
   9. Passion Fruit Deviled Egg 26
   10. Ástríðuhaframjöl 28
   11. Bleikur Passion Fruit Breakfast Quinoa 30
   12. Morgunverðarskál ástríðuávaxta 32
FORréttir og snarl **34**
   13. Passion Fruit Ceviche solero 35
   14. Hulakökur 37
   15. Ástríðubarir 39
   16. Tahitísk kaffisprengja 42
   17. Ástríðuhummus 44
   18. Ástríðubrúschetta 46
   19. Kjúklingavængir ástríðuávaxta 48
   20. Passion Fruit Granola Bars 50
   21. Passion Fruit Rækjukokteill 52
   22. Ástríðarækjuspjót 54
   23. Ástríðuávöxtur Guacamole 56
   24. Ástríðuávaxta skinku- og ostarúllur 58
   25. Caprese ástríðuspjót 60
   26. Passion Fruit og Prosciutto Crostini 62
   27. Orkuboltar ástríðuávaxta 64
   28. Ástríðujógúrtdýfa 66
AÐALRÉTTUR **68**
   29. Kjúklingabringur með ástríðusósu 69
   30. Marineraður túnfiskur með ástríðuávöxtum 71
   31. Ástríðuávöxtur og kjúklingakarrí 73
   32. Ástríðugljáður svínalundur 75
   33. Ástríðagljáður lax 77
   34. Ástríðarækjur hrærðar 79

35. Passion Fruit Tofu Stir-Fry 81
36. Ástríðuglerjaðar kjúklingastangir 83
37. Ástríðukarrí 85
38. Ástríðaávöxtur Nautakjöt Hrærið 87
39. Grilluð steik með Chimichurri ástríðu 89
40. Passion Fruit Coconut Curry Rækjur 91

SALÖT 93
41. Kjúklingasalat, avókadó og papaya 94
42. Suðrænt ávaxtasalat með ástríðuávaxtadressingu 96
43. Spínat og ástríðusalat 98
44. Avókadó og ástríðusalat 100
45. Kínóa og ástríðusalat 102
46. Vatnsmelóna- og ástríðusalat 104
47. Blandað grænmeti og ástríðusalat 106
48. Kúskús og ástríðusalat 108
49. Asískt núðlu- og ástríðuávaxtasalat 110
50. Rulla- og geitaostasalat með ástríðuvínaigrette 112
51. Caprese salat með Passion Fruit Balsamic Glaze 114

EFTIRLITUR 116
52. Kókos Panna Cotta Með Passion Fruit 117
53. Passíuávaxtamús 120
54. Grapefruit passion curd baka 122
55. Banana- og ástríðuís 124
56. Ferskju- og ástríðuávaxtahringís 126
57. Tropical Margarita Sorbet 128
58. Súkkulaðibitakökur 130
59. No-Bake Passionfruit ostakaka 133
60. Ricotta ostakaka með ástríðuávöxtum 136
61. Margarítukrem með mangó og ástríðu 138
62. Sables ástríðuhindberjum 140
63. Ástríðupoki 142
64. Mangó og ástríða Pavlova 144
65. Nýja Sjáland Kiwi pavlova 146
66. Suðræn ávöxtur pavlova 148
67. No-Bake Passion Fruit Cobbler 150
68. Ástríðasorbet 152
69. Guava Passion Fruit Sorbet 154
70. Avókadó-ástríðuávaxtasorbet 156

KRYDDINGAR 158
71. Ástríðukaramellusósa 159
72. Greipaldin ástríðuost 161

73. Ástríðuávextir 163
74. Ástríðasalsa 165
75. Ástríðuávöxtur Guacamole 167
76. Ástríðasulta 169
77. Passíusmjör 171
78. Passion Fruit Vinaigrette 173
79. Ástríðuávaxtasósa 175
80. Ástríðumajónes 177
81. Passion Fruit BBQ sósa 179
82. Ástríðuávöxtur Aioli 181
83. Passíuávaxtachutney 183
84. Passíualdin sinnep 185

KOKTAIL OG KOKTAIL 187

85. Ástríðuávaxtabóba te 188
86. Ástríðuávöxtur vatnsís 190
87. Passion Fruit Cooler 192
88. Kyrrðarferð 194
89. Fiðrildabaun og gul sítrónaða 196
90. Passion Fruit And Mace Mocktail 198
91. Kólumbía 200
92. Ávaxtajurt íste 202
93. Ástríðuávaxta-myntu íste 204
94. Baccarat Rouge 206
95. Berry Tutti-frutti 208
96. Ástríðaávöxtur Brandywine 211
97. Passion Fruit Mojito 213
98. Passion Fruit Espresso Sour 215
99. Passion Fruit Piña Colada 217
100. Passíuávaxtalímonaði 219

NIÐURSTAÐA 221

KYNNING

Ástríðuávöxtur er einstakur og framandi ávöxtur sem er stútfullur af bragði og næringarefnum. Með sitt bragðmikla og sæta bragð er það fullkomið til notkunar í margs konar rétti, allt frá eftirréttum til bragðmikilla máltíða. Í þessari matreiðslubók munum við kanna fjölhæfni ástríðuávaxta og veita þér úrval uppskrifta og skapandi hugmynda til að elda með þeim.

Hvort sem þú ert vanur matreiðslumaður eða byrjandi í eldhúsinu muntu finna nóg af innblástur á síðunum sem fylgja. Allt frá klassískum réttum eins og ástríðusorbet og ostaköku til nýstárlegra uppskrifta eins og gljáðum kjúklingi og rækju ceviche, það er eitthvað fyrir alla að njóta. Svo vertu tilbúinn til að kanna heim ástríðuávaxta og láttu bragðlaukana fljúga!

MORGUNMATUR OG BRUNCH

1. Ástríðuolíuhringir

HRÁEFNI:
FYRIR PASSIONFruit CURD
- ½ bolli kornsykur
- 3 stórar eggjarauður
- ¼ bolli ástríðumauki
- 2 matskeiðar nýkreistur sítrónusafi
- ½ bolli kalt ósaltað smjör, í teningum

FYRIR kleinuhringina
- ¾ bolli nýmjólk
- 2 stór egg
- 2 stórar eggjarauður
- 3 ½ bollar alhliða hveiti
- ¼ bolli auk 1 bolli kornsykur, skipt
- 2 ¼ teskeiðar (1 pakki) instant ger
- 1 tsk kosher salt
- 6 matskeiðar ósaltað smjör, skorið í teninga
- jurtaolía, til steikingar

LEIÐBEININGAR:
FYRIR PASSIONFruit CURD

a) Í meðalþungum botna potti, þeytið saman ½ bolla af strásykri og 3 stórum eggjarauður þar til það hefur blandast vel saman og þú hefur einsleita fölgula blöndu.

b) Þeytið ¼ bolla ástríðuávöxtum og 2 msk ferskum sítrónusafa út í þar til blandan þynnist og setjið pottinn yfir meðalhita.

c) Eldið, hrærið stöðugt í með tréskeið þar til blandan er nógu þykk til að hylja bakhlið skeiðar, 8 til 10 mínútur, og skráir 160 (F) á skyndilesandi hitamæli.

d) Þegar blandan hefur náð 160 (F), takið þá af hitanum og þeytið ½ bolla af ósaltuðu smjöri í teninga, nokkra teninga í einu, aðeins bætt við þegar fyrri teningarnir eru að fullu felldir inn.

e) Þegar öllu smjörinu hefur verið bætt út í skaltu nota fínmöskju sigti til að sía ostinn í litla glerskál.

f) Hyljið með plastfilmu, þrýstið plastinu beint á yfirborð ostsins til að koma í veg fyrir að húð myndist.

g) Geymið í kæli þar til það er kælt og stíft, að minnsta kosti 2 til 3 klukkustundir (en helst yfir nótt). Osturinn geymist í lokuðum glerkrukku í kæli í allt að 2 vikur.

FYRIR kleinuhringina

h) Til að undirbúa deigið skaltu koma ¾ bolli nýmjólk að suðu við meðalhita í litlum potti. Fylgstu vel með því að mjólkin sjóði ekki upp úr. Hellið mjólkinni í vökvamælisglas og látið kólna í milli 105 (F) og 110 (F). Þegar mjólkin hefur kólnað, bætið 2 stórum eggjum og 2 stórum eggjarauðum út í mjólkina og þeytið varlega til að blandast saman.

i) Í skál frístandandi hrærivélar með róðrafestingu, blandaðu saman 3 ½ bolli alhliða hveiti, ¼ bolli af kornuðum sykri, 2 ¼ tsk skyndigeri og einni tsk kosher salti. Bætið mjólkurblöndunni saman við og blandið aðeins þar til blandast saman.

j) Skiptið yfir í deigkrókinn og hnoðið deigið á lágum hraða, í um 3 mínútur. Deigið mun líta klístrað út en það er allt í lagi. Bætið við 6 msk ósaltuðu smjöri, einum teningi eða tveimur í einu. Ef smjörið er ekki blandað saman skaltu taka skálina úr hrærivélinni og hnoða smjörið inn í með höndum þínum í eina mínútu til að koma því í gang. Haltu bara áfram að bæta við og hnoða þar til það hefur blandast vel saman.

k) Þegar smjörið hefur verið blandað saman skaltu auka hraða hrærivélarinnar í miðlungs og hnoða deigið í nokkrar mínútur í viðbót þar til deigið er slétt og teygjanlegt.

l) Setjið deigið yfir í létt smurða meðalstóra skál, setjið plastfilmu yfir og kælið í að minnsta kosti þrjár klukkustundir, en helst yfir nótt.

m) Þegar deigið hefur kólnað skaltu klæða tvær bökunarplötur með bökunarpappír. Sprayið smjörpappírinn ríkulega með matreiðsluúða.

n) Helltu köldu deiginu á létt hveitistráða vinnuflöt og rúllaðu því í grófan níu x 13 tommu rétthyrning um það bil ½ tommu þykkt. Notaðu 3 ½ tommu kökuköku til að skera út 12 deighringi og settu þær á tilbúnar blöð.

o) Stráið léttum hveiti yfir hverja deighring og hyljið þá létt með plastfilmu.

p) Setjið á heitum stað til að hefta þar til deigið er stíft og springur hægt til baka þegar þrýst er varlega á það í um eina klukkustund.

q) Þegar þú ert tilbúinn að steikja kleinuhringina skaltu setja pappírshandklæði á vírgrind. Setjið 1 bolla kornsykur í miðlungs skál. Bætið jurtaolíu í miðlungs, þungbotna pott þar til þú hefur um það bil tvær tommur af olíu.

r) Festu sælgætishitamæli við hliðina á pottinum og hitaðu olíuna í 375 (F). Bætið 1 til 2 kleinuhringjum varlega út í olíuna og steikið þá þar til þeir eru gullinbrúnir, um það bil 1 til 2 mínútur á hlið.

s) Notaðu göt til að veiða kleinuhringina upp úr olíunni og færðu þá yfir á tilbúna vírgrind. Eftir um það bil 1 eða 2 mínútur, þegar kleinuhringurinn er orðinn nógu kaldur til að meðhöndla hann, skaltu henda þeim í skálina með strásykri þar til hann er húðaður. Endurtaktu með afganginum af deiginu.

t) Til að fylla kleinuhringina, notaðu Bismarck sætabrauðsoddinn (eða handfangið á tréskeið) til að stinga gat í aðra hliðina á hvorum, passaðu að pota ekki í gegn á hina hliðina. Fylltu sætabrauðspoka með litlum hringlaga þjórfé (eða Bismarck kleinuhringi, ef þú vilt) með ástríðuostinum. Settu oddinn á sætabrauðspokanum í gatið og kreistu varlega til að fylla hvern kleinuhring. Berið fram allt ofgnótt af osti til hliðar sem ídýfasósu (það virkar líka vel með vöfflum!). Kleinuhringirnir eru bestir daginn sem þeir eru búnir til.

2. Ástríðupönnukökur

HRÁEFNI:
- 1 ½ bolli alhliða hveiti
- 3 ½ tsk lyftiduft
- 1 matskeið sykur
- ¼ teskeið salt
- 1 ¼ bolli mjólk
- 1 egg
- 3 matskeiðar brætt smjör
- ¼ bolli ástríðukvoða

LEIÐBEININGAR:
a) Blandið saman hveiti, lyftidufti, sykri og salti í stórri blöndunarskál.
b) Í sérstakri skál, þeytið saman mjólk, egg, bræddu smjöri og ástríðuávöxtum.
c) Bætið blautu hráefnunum við þurrefnin og blandið þar til það hefur blandast saman.
d) Hitið nonstick pönnu yfir miðlungshita.
e) Notaðu ¼ bolla mál til að hella deiginu á pönnuna.
f) Eldið pönnukökurnar þar til loftbólur myndast á yfirborðinu, snúið síðan við og eldið þar til hin hliðin er gullinbrún.
g) Berið fram með smjöri, sírópi og til viðbótar ástríðukvoða.

3. Passion Fruit Jógúrt Parfait

HRÁEFNI:
- 2 bollar hrein grísk jógúrt
- ½ bolli ástríðukvoða
- ¼ bolli hunang
- 1 bolli granóla

LEIÐBEININGAR:

a) Í blöndunarskál, blandaðu saman grísku jógúrtinni, ástríðuávöxtum og hunangi.

b) Settu jógúrtblönduna og granóluna í glas eða krukku.

c) Toppið með viðbótar ástríðukvoða og granóla.

d) Berið fram strax.

4. Franskt brauð úr ástríðuávöxtum

HRÁEFNI:
- 8 brauðsneiðar
- 4 egg
- ½ bolli mjólk
- ¼ bolli ástríðukvoða
- 2 matskeiðar smjör
- Púðursykur, til framreiðslu

LEIÐBEININGAR:
a) Þeytið egg, mjólk og ástríðuávaxtasafa saman í grunnt fat.
b) Hitið nonstick pönnu yfir meðalhita og bræðið 1 matskeið af smjöri.
c) Dýfðu hverri brauðsneið í eggjablönduna, húðaðu báðar hliðar.
d) Eldið brauðið á pönnu þar til það er gullinbrúnt á báðum hliðum.
e) Endurtaktu með brauðsneiðunum sem eftir eru, bætið við meira smjöri eftir þörfum.
f) Berið fram með flórsykri og til viðbótar ástríðuávaxtasafa.

5. Ástríðuávaxtaskónar

HRÁEFNI:
- 2 bollar alhliða hveiti
- ⅓bolli sykur
- 1 matskeið lyftiduft
- ½teskeið salt
- ½bolli ósaltað smjör, kælt og skorið í teninga
- ⅔bolli ástríðukvoða
- ½bolli þungur rjómi

LEIÐBEININGAR:
a) Forhitið ofninn í 400°F.
b) Blandið saman hveiti, sykri, lyftidufti og salti í blöndunarskál.
c) Bætið kældu smjörinu út í og notið sætabrauðsblöndunartæki eða hendurnar til að skera smjörið í þurrefnin þar til blandan er mylsnuð.
d) Bætið ástríðuávöxtum og þungum rjóma út í, hrærið þar til deigið kemur saman.
e) Snúðu deiginu út á hveitistráð yfirborð og klappaðu því í hring.
f) Skerið deigið í 8 báta
g) Setjið skonsurnar á bökunarplötu klædda bökunarpappír.
h) Bakið í 18-20 mínútur eða þar til þær eru gullinbrúnar.
i) Berið fram heitt með smjöri og viðbótar ástríðukvoða.

6. Ástríðuávaxtamuffins

HRÁEFNI:

- 2 bollar alhliða hveiti
- 2 tsk lyftiduft
- ½ teskeið salt
- ½ bolli ósaltað smjör, mildað
- 1 bolli sykur
- 2 egg
- ½ bolli ástríðukvoða
- ½ bolli mjólk
- 1 tsk vanilluþykkni

LEIÐBEININGAR:

a) Forhitið ofninn í 375°F.
b) Hrærið saman hveiti, lyftidufti og salti í blöndunarskál.
c) Í sérstakri skál, kremið saman smjör og sykur þar til það er létt og ljóst.
d) Þeytið eggin út í, eitt í einu, og síðan ástríðuávöxtum.
e) Bætið þurrefnunum smám saman út í blautu blönduna til skiptis við mjólkina.
f) Hrærið vanilludropa út í.
g) Hellið deiginu í muffinsform klætt með pappírsfóðri.
h) Bakið í 18-20 mínútur eða þar til tannstöngull sem stungið er í miðjuna kemur hreinn út.
i) Berið fram heitt.

7. Crepes ástríðuávaxta

HRÁEFNI:
- 1 bolli alhliða hveiti
- 2 egg
- ½ bolli mjólk
- ½ bolli vatn
- 2 matskeiðar sykur
- ¼ teskeið salt
- ¼ bolli ósaltað smjör, brætt
- ½ bolli ástríðukvoða

LEIÐBEININGAR:
a) Í blöndunarskál, þeytið saman hveiti, egg, mjólk, vatn, sykur og salt þar til það er slétt.
b) Hrærið bræddu smjöri og ástríðuávöxtum saman við.
c) Hitið nonstick pönnu yfir miðlungshita.
d) Hellið ¼ bolla af deigi á pönnuna og snúið henni í hring þar til það hylur botn pönnu.
e) Eldið crepe þar til brúnirnar byrja að lyftast og yfirborðið er þurrt, snúið síðan við og eldið í 10-15 sekúndur í viðbót.
f) Endurtaktu með afganginum af deiginu og stafaðu soðnu crepes á disk.
g) Berið fram með ástríðukvoða til viðbótar og þeyttum rjóma, ef vill.

8. Ástríðuávaxtahafrarferningar

HRÁEFNI:
- 1 ½ bolli alhliða hveiti
- 1 bolli rúllaðir hafrar
- ½ bolli púðursykur
- ½ teskeið salt
- ½ bolli ósaltað smjör, brætt
- ½ bolli ástríðukvoða
- ¼ bolli hunang

LEIÐBEININGAR:
a) Forhitið ofninn í 350°F.
b) Blandið saman hveiti, höfrum, púðursykri og salti í blöndunarskál.
c) Bætið bræddu smjöri, ástríðukvoða og hunangi saman við og hrærið þar til blandan er mola.
d) Þrýstu blöndunni í 9 tommu fermetra eldfast mót.
e) Bakið í 25-30 mínútur eða þar til þær eru gullinbrúnar.
f) Kælið áður en það er skorið í stangir.
g) Berið fram sem morgunmat eða brunch snarl.

9. Ástríðuávaxtadjöfuleg egg

HRÁEFNI:
- 6 harðsoðin egg, afhýdd og skorin í tvennt
- ¼ bolli majónesi
- 1 matskeið Dijon sinnep
- ¼ bolli ástríðukvoða
- Salt og pipar eftir smekk
- Saxaður graslaukur til skrauts

LEIÐBEININGAR:
a) Blandið saman eggjarauðunum, majónesi, Dijon sinnepi, ástríðuávaxtasafa, salti og pipar í skál þar til það er slétt.
b) Hellið blöndunni út í eggjahvítuhelmingana.
c) Stráið saxuðum graslauk yfir.
d) Kældu í ísskáp í að minnsta kosti 30 mínútur áður en það er borið fram.

10. Ástríðuávaxtahaframjöl

HRÁEFNI:
1 bolli rúllaðir hafrar
2 bollar vatn
Klípa af salti
2 ástríðuávextir
2 matskeiðar hunang
Sneiddar möndlur eða rifin kókos til áleggs (valfrjálst)

LEIÐBEININGAR:
Í potti, láttu vatn sjóða.
Bætið höfrum saman við og salti, lækkið hitann og látið malla í um það bil 5 mínútur, hrærið af og til.
Skerið ástríðuávextina í tvennt og ausið kvoða úr þeim.
Hrærið ástríðuávaxtakjötinu í soðnu haframjölinu.
Sætið með hunangi og hrærið vel.
Takið af hitanum og látið standa í eina mínútu.
Berið haframjölið fram heitt, toppað með sneiðum möndlum eða rifnum kókos ef vill.

11. Bleikur Passion Fruit Morgunmatur Quinoa

HRÁEFNI:
- 1 bolli rautt kínóa
- 1 gul paprika
- 1 ástríðuávöxtur
- 3 matskeiðar balsamik edik
- 1 tsk kókoshnetusykur

LEIÐBEININGAR:
a) Skolið rauða quinoa vandlega undir rennandi vatni til að fjarlægja beiskju.
b) Í meðalstórum potti, blandaðu skolaða kínóa saman við 2 bolla af vatni. Látið suðuna koma upp.
c) Þegar það byrjar að sjóða, lækkið hitann í lágan, setjið lok á pottinn og leyfið kínóainu að malla í um 15-20 mínútur eða þar til vatnið er frásogast og kínóaið er mjúkt. Leggðu það til hliðar.
d) Á meðan kínóa er að eldast, undirbúið hitt hráefnið. Skerið gulu paprikuna í litla bita.
e) Skerið ástríðuávextina í tvennt og ausið fræin og deigið út í litla skál.
f) Í sérstakri lítilli skál, þeytið saman balsamikedikið og kókossykurinn þar til sykurinn er uppleystur.
g) Þegar kínóaið er soðið skaltu setja það í skál.
h) Bætið gulu paprikunni í teninga og ástríðuávaxtafræin og deigið út í kínóaið.
i) Dreypið balsamikedikinu og kókossykriblöndunni yfir kínóaið og blandið öllu varlega saman þar til það hefur blandast vel saman.
j) Smakkið til og stillið kryddið ef þarf.
k) Berið fram ástríðumorgunmatinn kínóa heitan eða við stofuhita.

12. Morgunverðarskál ástríðuávaxta

HRÁEFNI:
1 bolli hrein grísk jógúrt
1/2 bolli granola
1 banani, skorinn í sneiðar
1 ástríðuávöxtur
1 matskeið hunang

LEIÐBEININGAR:
Settu gríska jógúrt, granóla og bananasneiðar í skál.
Skerið ástríðuávextina í tvennt og ausið kvoða út.
Setjið ástarkjötið ofan á skálina.
Dreypið hunangi yfir fyrir auka sætleika.
Blandið öllu hráefninu saman áður en það er neytt.

FORréttir og snarl

13. Passion Fruit Ceviche solero

HRÁEFNI:
- 1 pund rækjur; hreinsað, afhýtt og skorið
- 1 punda Snapper flök; húðað og skorið
- 1 matskeið Ólífuolía
- 1 msk ferskur appelsínusafi
- 1 matskeið hvítt edik
- ½ bolli ferskur lime safi
- 1 matskeið hvítlaukur; hakkað
- 1 matskeið rauðlaukur; hakkað
- 4 aura hægelduð rauð paprika (um 3/8 bolli)
- 1 Jalapeño; hægelduðum
- 1 klípa af maluðu kúmeni
- 1 tsk Salt
- 1 matskeið Saxuð kóríanderlauf
- 2 msk ástríðuávaxtamauk

LEIÐBEININGAR:
a) Eldið rækjur, í sjóðandi vatni til að hylja, í 1 mínútu. Sigtið og kælið, þakið, þar til það er kælt.

b) Blandið saman snapper teningum, olíu, appelsínusafa, ediki, lime safa, hvítlauk, lauk, papriku, jalapeño, kúmen, salti, kóríander og ástríðuávaxtamauki í stórri skál. Bæta við rækjum; lokið og látið marinerast í kæliskáp í að minnsta kosti 6 klst.

c) Berið fram á andvíu eða salatstrimlum skreyttar með piparstrimlum og lime-sneiðum.

14. Hula kex

HRÁEFNI:
- 2½ bollar alhliða hveiti
- ½ tsk lyftiduft
- 1 bolli vegan smjörlíki
- 1 bolli sykur
- 1½ tsk egguppbót þeytt út í 2 msk vatn
- 2 tsk hreint vanilluþykkni
- ástríðusultu

LEIÐBEININGAR:
a) Forhitið ofninn í 300°F. Blandið saman hveiti og lyftidufti í meðalstórri skál og blandið vel saman. Setja til hliðar.
b) Þeytið smjörlíki og sykur saman í stórri skál með hrærivél þar til það er létt og ljóst. Bætið eggjauppbótinni og vanillu út í og þeytið á miðlungs þar til slétt.
c) Bætið þurrefnunum saman við blautu hráefnin og þeytið á lágt þar til það hefur blandast vel saman. Deigið á að vera þétt.
d) Skolið deigið, 1 matskeið í einu, og rúllið því í kúlur.
e) Settu deigkúlurnar á ósmurðar bökunarplötur, um það bil 1 tommu á milli.
f) Notaðu þumalfingur eða afturendann á 1/4 tsk mæliskeið til að gera innskot í miðju hverrar deigkúlu.
g) Setjið 1/4 teskeið af sultu í hverja innstungu. Bakið þar til gullið er brúnt, 22 til 24 mínútur.
h) Kælið á ofnplötu í 5 mínútur áður en það er sett á grind til að kólna alveg. Geymið í loftþéttu íláti.

15. Ástríðuávaxtabarir

HRÁEFNI:
FYRIR SKORPAN:
- 8 aura ósaltað smjör, brætt og örlítið kælt
- ½ bolli kornsykur
- 2 tsk vanilluþykkni
- ½ teskeiðar salt
- 2 bollar aura af allskyns hveiti

FYRIR FYLLINGU:
- 8 stór egg
- 2 ⅓ bollar kornsykur
- 1 ½ bolli ástríðumauki
- ½ bolli alhliða hveiti

LEIÐBEININGAR:
TIL AÐ GERÐA SKORPA:
a) Forhitið ofninn í 350 gráður Fahrenheit. Klæddu 9x13 pönnu með álpappír þannig að hún teygi sig upp hliðarnar og úðaðu álpappírnum með eldunarúða.
b) Hrærið saman bræddu smjöri, sykri, vanillu og salti í skál. Þegar það hefur verið blandað saman skaltu bæta hveitinu við og hræra með spaða þar til það hefur blandast saman og engar hveitistrikir eru eftir. Skafið deigið í pönnuna og þrýstið því í jafnt lag. Það gæti virst svolítið feitt - þetta er eðlilegt.
c) Bakið skorpuna í 25-30 mínútur við 350 F, þar til hún er gullinbrún að ofan. Á meðan skorpan er að bakast, undirbúið fyllinguna svo hún sé tilbúin til að fara um leið og skorpan er tilbúin.
TIL AÐ GERA FYLLINGU:
d) Í stórri skál, þeytið saman eggin, strásykurinn og ástríðumaukið. Sigtið hveitið ofan á eggjablönduna og hrærið því líka út í.
e) Þegar fyllingin er búin að bakast skaltu renna grindinni hálfa leið út úr ofninum. Hellið fyllingunni yfir heita skorpuna og rennið henni aftur inn í ofninn. Lækkið hitann í 325 F og bakið í 25-30 mínútur. Það er gert þegar miðjan kippist varla við þegar þú bankar á pönnuna.
f) Þegar það er tilbúið skaltu taka pönnuna úr ofninum og láta það kólna þar til það nær stofuhita. Fyrir hreinustu skurðina skaltu kæla stangirnar og skera þær þegar þær eru alveg kaldar. Til að skera skaltu fjarlægja stangirnar af pönnunni með því að nota álpappírinn sem handföng. Notaðu stóran beittan matreiðsluhníf og þurrkaðu hann oft af á milli skurða. Stráið toppnum yfir flórsykri áður en það er borið fram. Geymið Passion Fruit Bars í loftþéttum umbúðum í kæli í allt að viku.

16. Kaffisprengja frá Tahítí

HRÁEFNI:
- 2 aura af lime safa
- 1 bolli matarsódi
- ¼ bolli einfalt síróp
- ¼ bolli ástríðumauki
- 2 aura kalt bruggþykkni
- 3 aura hunangssíróp
- Vatn
- 2 aura guava mauk
- ½ bolli sítrónusýra
- 2 aura af appelsínusafa
- 1 bolli Ofurfínn sykur
- 5 g akasíugúmmí

LEIÐBEININGAR:
a) Mælið allt hráefni í skál.
b) Vinnið blönduna með höndunum þar til hún hefur fengið sandáferð.
c) Mótið kúlur úr blöndunni og setjið í mót til að stífna.
d) Takið úr mold, geymið síðan í kæli eða á borði í loftþéttu íláti.

17. Hummus ástríðuávaxta

HRÁEFNI:
- 1 dós kjúklingabaunir, skolaðar og skolaðar
- ¼ bolli tahini
- ¼ bolli ástríðukvoða
- 2 hvítlauksgeirar, saxaðir
- ¼ bolli ólífuolía
- Salt og pipar eftir smekk

LEIÐBEININGAR:
a) Blandið saman kjúklingabaunum, tahini, ástríðuávöxtum, hvítlauk, ólífuolíu, salti og pipar í matvinnsluvél.
b) Vinnið þar til slétt og rjómakennt.
c) Kældu í ísskáp í að minnsta kosti 30 mínútur áður en það er borið fram.
d) Berið fram með pítuflögum eða fersku grænmeti.

18. Ástríðubrúschetta

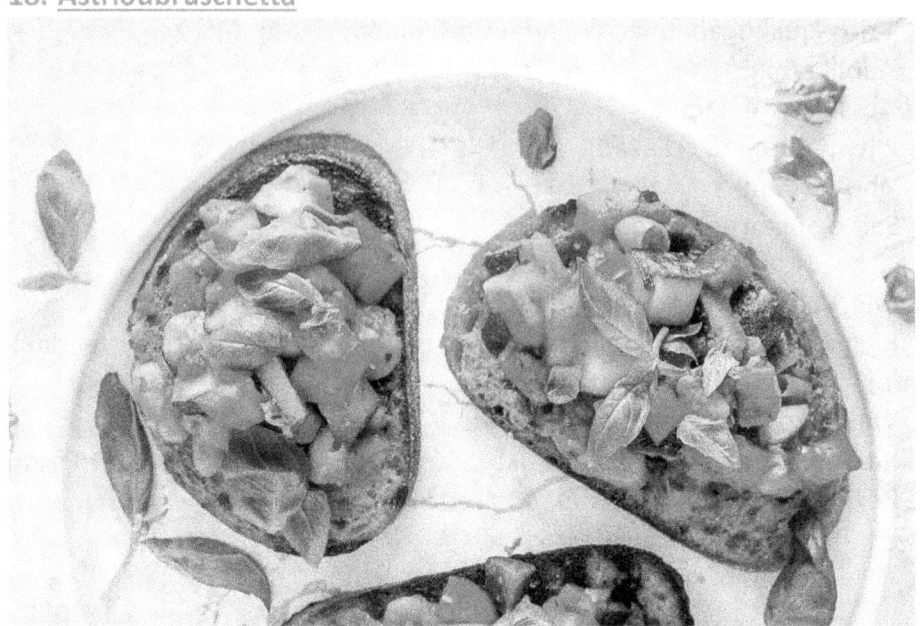

HRÁEFNI:
- 1 baguette, sneið
- ¼ bolli ólífuolía
- 2 hvítlauksrif, söxuð
- 1 bolli kirsuberjatómatar, skornir í teninga
- ¼ bolli niðurskorinn rauðlaukur
- ¼ bolli söxuð fersk basilíka
- ¼ bolli ástríðukvoða
- Salt og pipar eftir smekk

LEIÐBEININGAR:
a) Forhitið ofninn í 350°F.
b) Raðið baguette sneiðunum á bökunarplötu.
c) Blandið saman ólífuolíu og söxuðum hvítlauk í litla skál.
d) Penslið baguette sneiðarnar með hvítlauksolíu.
e) Bakið í 5-7 mínútur eða þar til þær eru létt ristaðar.
f) Í sérstakri skál, blandaðu hægelduðum tómötum, rauðlauk, basil, ástríðuávaxtakvoða, salti og pipar.
g) Hellið tómatblöndunni á ristuðu baguette sneiðarnar.
h) Berið fram strax.

19. Kjúklingavængir ástríðuávaxta

HRÁEFNI:

- 2 pund af kjúklingavængjum
- ¼ bolli ástríðukvoða
- ¼ bolli hunang
- 2 matskeiðar sojasósa
- 2 hvítlauksgeirar, saxaðir
- 1 tsk rifið ferskt engifer
- Salt og pipar eftir smekk

LEIÐBEININGAR:

a) Forhitið ofninn í 400°F.
b) Raðið kjúklingavængjunum á bökunarplötu.
c) Í lítilli skál blandið ástríðukvoða, hunangi, sojasósu, hvítlauk, engifer, salti og pipar saman við.
d) Penslið kjúklingavængina með ástríðugljáanum.
e) Bakið í 30-35 mínútur eða þar til þær eru eldaðar í gegn og gullinbrúnar.
f) Berið fram heitt.

20. Ástríðuávaxta granólustangir

HRÁEFNI:
2 bollar rúllaðir hafrar
1 bolli rifinn kókos
1/2 bolli möndlusmjör
1/3 bolli hunang
1/4 bolli saxaðar hnetur (td möndlur, kasjúhnetur eða valhnetur)
1/4 bolli þurrkaðir ávextir (td rúsínur, trönuber eða saxaðar döðlur)
2 ástríðuávextir
1 tsk vanilluþykkni

LEIÐBEININGAR:
Forhitið ofninn í 350°F (175°C) og klæðið bökunarform með bökunarpappír.

Blandið saman höfrum, rifnum kókos, möndlusmjöri, hunangi, saxuðum hnetum, þurrkuðum ávöxtum, kvoða af ástríðuávöxtum og vanilluþykkni í stórri skál.

Blandið vel saman þar til allt hráefnið er jafnt dreift.

Færið blönduna yfir í tilbúið bökunarform og þrýstið því vel niður.

Bakið í 15-20 mínútur eða þar til þær eru gullinbrúnar.

Takið úr ofninum og látið kólna alveg áður en það er skorið í stangir.

21. Passion Fruit Rækjukokteill

HRÁEFNI:
- 1 pund soðnar og kældar rækjur, afhýddar og afvegaðar
- ¼ bolli ástríðukvoða
- ¼ bolli tómatsósa
- 1 matskeið piparrót
- 1 msk Worcestershire sósa
- 1 matskeið lime safi
- Salt og pipar eftir smekk

LEIÐBEININGAR:
a) Blandið í skál ástríðukvoða, tómatsósu, piparrót, Worcestershire sósu, lime safa, salti og pipar.
b) Raðið kældu rækjunum á framreiðsludisk.
c) Berið fram ástríðukokteilsósuna til hliðar til að dýfa í.

22. Ástríðarækjuspjót

HRÁEFNI:
Rækjur, afhýddar og afvegaðar
2 ástríðuávextir
Ólífuolía
Salt og pipar eftir smekk
Fersk kóríanderlauf, saxað

LEIÐBEININGAR:
Forhitið grillið eða grillpönnuna á meðalháan hita.
Skerið ástríðuávextina í tvennt og ausið kvoða úr þeim.
Þræðið rækjuna á teini.
Penslið rækjurnar með ólífuolíu og stráið salti, pipar og söxuðum kóríander yfir.
Grillið rækjurnar í um 2-3 mínútur á hlið þar til þær eru bleikar og eldaðar.
Fjarlægðu rækjurnar af grillinu og dreyfðu ástríðukvoða yfir.
Berið fram sem forrétt eða létt snarl.

23. Ástríðuávöxtur Guacamole

HRÁEFNI:
2 þroskuð avókadó
2 ástríðuávextir
1 lítill rauðlaukur, smátt saxaður
1 lítill tómatur, skorinn í teninga
Safi úr 1 lime
Salt og pipar eftir smekk
Fersk kóríanderlauf, saxað
LEIÐBEININGAR:

Skerið avókadóið í tvennt, fjarlægið gryfjurnar og takið kjötið út í skál.
Skerið ástríðuávextina í tvennt og ausið kvoða úr þeim.
Bætið ástríðukvoða, rauðlauk, tómötum, limesafa, salti, pipar og kóríander í skálina með avókadóinu.
Maukið allt saman með gaffli þar til æskilegri þéttleika er náð.
Stilltu krydd eftir smekk.
Berið fram með tortilla flögum eða sem álegg fyrir samlokur.

24. Ástríðuávaxtaskinku- og ostarrúllur

HRÁEFNI:
Sneiða sælgætisskinka
Niðursneiddur ostur (cheddar, svissneskur eða valinn tegund)
2 ástríðuávextir
Fersk basilíkublöð

LEIÐBEININGAR:
Leggið skinkusneið á hreint yfirborð.
Setjið ostsneið ofan á skinkuna.
Skerið ástríðuávextina í tvennt og ausið kvoða úr þeim.
Setjið örlítið magn af ástríðukvoða á ostinn.
Toppið með nokkrum ferskum basilblöðum.
Rúllaðu skinku og osti þétt upp.
Festið með tannstönglum ef þarf.
Endurtaktu með afganginum af skinku, osti, ástríðukvoða og basil.
Berið fram sem hæfilegan forrétt eða snarl.

25. Ástríðuávaxta Caprese teini

HRÁEFNI:
Kirsuberjatómatar
Ferskar mozzarella kúlur
Fersk basilíkublöð
2 ástríðuávextir
Balsamic gljáa
LEIÐBEININGAR:

Þræðið kirsuberjatómat, mozzarellakúlu og ferskt basilíkublað á hvern teini.
Skerið ástríðuávextina í tvennt og ausið kvoða úr þeim.
Dreypið ástríðumassanum yfir teinin.
Stráið balsamikgljáa yfir.
Raðið spjótunum á fat.
Berið fram sem forrétt eða snarl.

26. Ástríðuávöxtur og Prosciutto Crostini

HRÁEFNI:
Baguette sneiðar, ristaðar
Geitaostur eða rjómaostur
Sneiðar af prosciutto
2 ástríðuávextir
Fersk myntublöð
LEIÐBEININGAR:

Smyrjið lagi af geitaosti eða rjómaosti á hverja baguette sneið.
Setjið sneið af prosciutto ofan á.
Skerið ástríðuávextina í tvennt og ausið kvoða úr þeim.
Setjið örlítið magn af ástríðuávaxtakvoða á prosciutto.
Skreytið með fersku myntulaufi.
Berið fram sem glæsilegir forréttir.

27. Orkuboltar ástríðuávaxta

HRÁEFNI:

1 bolli döðlur, holhreinsaðar
1 bolli möndlur
2 matskeiðar chiafræ
2 matskeiðar rifinn kókos
2 ástríðuávextir
1 matskeið hunang (valfrjálst)

LEIÐBEININGAR:

Setjið döðlur, möndlur, chiafræ, rifna kókos og deigið af ástríðuávöxtunum í matvinnsluvél.
Vinnið þar til blandan kemur saman og myndar klístrað deig.
Ef blandan er of þurr skaltu bæta við hunangi og vinna aftur.
Rúllið blöndunni í litlar kúlur með höndunum.
Settu orkukúlurnar í loftþétt ílát og kældu í að minnsta kosti 30 mínútur til að stífna.
Berið fram sem hollt snarl á ferðinni.

28. Ástríðuávaxtajógúrtdýfa

HRÁEFNI:
1 bolli grísk jógúrt
2 ástríðuávextir
1 matskeið hunang
Sneiddir ávextir eða kex til að dýfa í
LEIÐBEININGAR:

Skerið ástríðuávextina í tvennt og ausið kvoða úr þeim.
Í skál skaltu sameina gríska jógúrt, ástríðukvoða og hunang.
Hrærið vel þar til öll innihaldsefni eru að fullu innifalin.
Berið jógúrtdýfuna fram með sneiðum ávöxtum eða kex.
Njóttu sem létt og bragðgott snarl.

AÐALRÉTTUR

29. Kjúklingabringur með ástríðusósu

HRÁEFNI:
- 4 kjúklingabringur
- 4 ástríðuávextir; helmingaður, fræhreinsaður og kvoða geymdur
- 1 msk Jack Daniel's
- 2ja stjörnu anís
- 2 aura hlynsíróp
- 1 búnt af graslauk; hakkað
- Salt og svartur pipar

LEIÐBEININGAR:

a) Hitið pönnu með ástríðuávöxtum yfir miðlungshita, bætið Jack Daniel's, stjörnuanís, hlynsírópi og graslauk út í; hrærið vel, látið malla í 5-6 mínútur og takið af hitanum.

b) Kryddið kjúklinginn með salti og pipar, setjið í forhitaða loftsteikingarvélina og eldið við 360 °F í 10 mínútur; flettir hálfa leið. Skiptið kjúklingnum á diska, hitið sósuna aðeins upp, hellið yfir kjúklinginn og berið fram.

30. Marineraður túnfiskur með ástríðuávöxtum

HRÁEFNI:

- 3 cm (1½ tommu) þykkt stykki af túnfiskhryggflökum,
- 2 litlir, þroskaðir og hrukkóttir ástríðuávextir,
- 1 matskeið lime safi
- 3 matskeiðar sólblómaolía
- 1 meðalheitur grænn chili
- 1 tsk flórsykur
- 1½ msk fínt saxað kóríander

LEIÐBEININGAR:

a) Setjið stykkið af túnfiskhryggflökinu á borð og sneið það þvert yfir, í mjög þunnar sneiðar. Leggið sneiðarnar, hlið við hlið en stífðar þétt saman, yfir botninn á fjórum stórum diskum. Hyljið hvern og einn með Clingfilm og kælið í að minnsta kosti 1 klukkustund, eða þar til þú ert tilbúinn til að bera fram.

b) Skömmu áður en borið er fram skaltu búa til marineringsdressinguna. Skerið ástríðuávextina í tvennt og ausið kvoðu í sigti yfir skál. Nuddaðu deiginu í gegnum sigtið til að draga úr safanum og fargaðu fræjunum. Þú ættir að sitja eftir með um eina matskeið af safa. Hrærið límónusafanum, sólblómaolíu, grænu chili, sykri, kóríander, ½ teskeið salti og nýmöluðum pipar saman við.

c) Til að bera fram skaltu afhjúpa diskana, hella yfir dressinguna og dreifa henni yfir yfirborð fisksins með bakinu á skeiðinni.

d) Látið standa í 10 mínútur áður en borið er fram.

31. Ástríðuávöxtur og kjúklingakarrí

HRÁEFNI:

- 2 matskeiðar jurtaolía
- 1 laukur, saxaður
- 2 hvítlauksgeirar, saxaðir
- 1 msk rifið ferskt engifer
- 1 tsk malað kóríander
- 1 tsk malað kúmen
- 1 tsk túrmerik
- 1 tsk paprika
- ½ teskeið kanill
- ¼ teskeið cayenne pipar
- 1 pund beinlaust, roðlaust kjúklingalæri, skorið í teninga
- 1 dós (14 aura) af kókosmjólk
- ½ bolli kjúklingasoð
- ¼ bolli ástríðukvoða
- 1 matskeið hunang
- Salt og pipar eftir smekk
- Soðin hrísgrjón til framreiðslu

LEIÐBEININGAR:

a) Hitið jurtaolíuna í stórum potti yfir meðalháan hita.

b) Bætið lauknum, hvítlauknum og engiferinu út í og eldið í 2-3 mínútur, eða þar til það er mjúkt.

c) Bætið kóríander, kúmeni, túrmerik, papriku, kanil og cayenne pipar út í og eldið í 1-2 mínútur í viðbót, eða þar til ilmandi.

d) Bætið kjúklingabitunum út í og eldið í 5-7 mínútur, eða þar til þær eru brúnar á öllum hliðum.

e) Bætið kókosmjólkinni, kjúklingasoðinu, ástríðukvoða og hunangi saman við og hrærið saman.

f) Látið suðuna koma upp og eldið í 20-25 mínútur, eða þar til kjúklingurinn er eldaður í gegn og sósan hefur þykknað.

g) Kryddið með salti og pipar eftir smekk.

h) Berið karrýið fram með soðnum hrísgrjónum.

32. Ástríðuglerjað svínalundir

HRÁEFNI:
- 1 ½ pund svínalund
- Salt og pipar eftir smekk
- 1 matskeið ólífuolía
- ½ bolli ástríðukvoða
- ¼ bolli hunang
- 1 matskeið Dijon sinnep
- 1 matskeið sojasósa
- 1 matskeið eplaedik
- 1 tsk rifið ferskt engifer
- ½ teskeið hvítlauksduft

LEIÐBEININGAR:
a) Forhitið ofninn í 375°F.
b) Kryddið svínalundina með salti og pipar.
c) Hitið ólífuolíuna í ofnþolinni pönnu yfir meðalháum hita.
d) Bætið svínalundinni út í og steikið á öllum hliðum þar til það er brúnt, um 2-3 mínútur á hvorri hlið.
e) Í lítilli skál, þeytið saman ástríðukvoða, hunang, Dijon sinnep, sojasósu, eplaedik, engifer og hvítlauksduft.
f) Penslið ástríðugljáann yfir svínalundina.
g) Færið pönnuna í ofninn og bakið í 20-25 mínútur, eða þar til innra hitastig svínalundarinnar nær 145°F.
h) Látið svínalundina hvíla í 5-10 mínútur áður en hún er skorin í sneiðar.
i) Berið svínalundina fram með ástríðugljáa sem eftir er á hliðinni.

33. Passíuávaxta gljáður lax

HRÁEFNI:
4 laxaflök
Salt og pipar eftir smekk
Safi úr 2 ástríðuávöxtum
2 matskeiðar hunang
1 matskeið sojasósa
1 matskeið rifinn engifer
2 hvítlauksgeirar, saxaðir

LEIÐBEININGAR:

Forhitið ofninn í 400°F (200°C).
Kryddið laxaflökin með salti og pipar.
Þeytið saman ástríðusafa, hunangi, sojasósu, rifnu engifer og söxuðum hvítlauk í lítilli skál.
Leggið laxaflökin á bökunarplötu klædda bökunarpappír.
Penslið ástríðugljáanum yfir laxflökin.
Bakið í 12-15 mínútur eða þar til laxinn er eldaður í gegn.
Berið gljáða laxinn fram með gufusoðnum hrísgrjónum eða ristuðu grænmeti.

34. Ástríðarækjur hrærið

HRÁEFNI:
1 pund rækja, afhýdd og afveguð
Salt og pipar eftir smekk
2 matskeiðar jurtaolía
1 rauð paprika, skorin í sneiðar
1 gul paprika, skorin í sneiðar
1 laukur, sneiddur
2 hvítlauksgeirar, saxaðir
Safi úr 2 ástríðuávöxtum
2 matskeiðar sojasósa
1 matskeið hunang
Fersk kóríanderlauf til skrauts

LEIÐBEININGAR:

Kryddið rækjurnar með salti og pipar.
Hitið jurtaolíuna í stórri pönnu eða wok við meðalháan hita.
Bætið rækjunni út í og steikið í 2-3 mínútur á hvorri hlið þar til þær eru bleikar og gegnsteiktar.
Takið rækjurnar af pönnunni og setjið til hliðar.
Í sömu pönnu skaltu bæta niðursneiddum paprikum, lauk og hakkaðri hvítlauk.
Hrærið í 3-4 mínútur þar til grænmetið er mjúkt-stökkt.
Þeytið saman ástarsafa, sojasósu og hunangi í lítilli skál.
Hellið sósunni yfir grænmetið á pönnunni og eldið í eina mínútu til viðbótar.
Setjið soðnu rækjurnar aftur á pönnuna og blandið öllu saman til að hjúpa sósunni.
Takið af hitanum og skreytið með ferskum kóríanderlaufum.
Berið fram ástríðuávaxtarækjuhrærið yfir gufusoðnum hrísgrjónum eða núðlum.

35. Ástríðu-tófú hrærið

HRÁEFNI:
1 kubba af föstu tófúi, tæmd og skorin í teninga
Salt og pipar eftir smekk
2 matskeiðar jurtaolía
1 rauð paprika, skorin í sneiðar
1 gul paprika, skorin í sneiðar
1 laukur, sneiddur
2 hvítlauksgeirar, saxaðir
Safi úr 2 ástríðuávöxtum
2 matskeiðar sojasósa
1 matskeið hunang
Fersk kóríanderlauf til skrauts
LEIÐBEININGAR:

Kryddið tofu teningana með salti og pipar.
Hitið jurtaolíuna í stórri pönnu eða wok við meðalháan hita.
Bætið tofu teningunum út í og eldið í 4-5 mínútur þar til þær eru gullinbrúnar á öllum hliðum.
Takið tófúið af pönnunni og setjið til hliðar.
Í sömu pönnu skaltu bæta niðursneiddum paprikum, lauk og hakkaðri hvítlauk.
Hrærið í 3-4 mínútur þar til grænmetið er mjúkt-stökkt.
Þeytið saman ástarsafa, sojasósu og hunangi í lítilli skál.
Hellið sósunni yfir grænmetið á pönnunni og eldið í eina mínútu til viðbótar.
Settu soðnu tófúið aftur á pönnuna og blandaðu öllu saman til að hjúpa sósunni.
Takið af hitanum og skreytið með ferskum kóríanderlaufum.
Berið fram ástríðuávaxtatófú hrærið yfir gufusoðnum hrísgrjónum eða núðlum.

36. Ástríðuglerjaðar kjúklingastangir

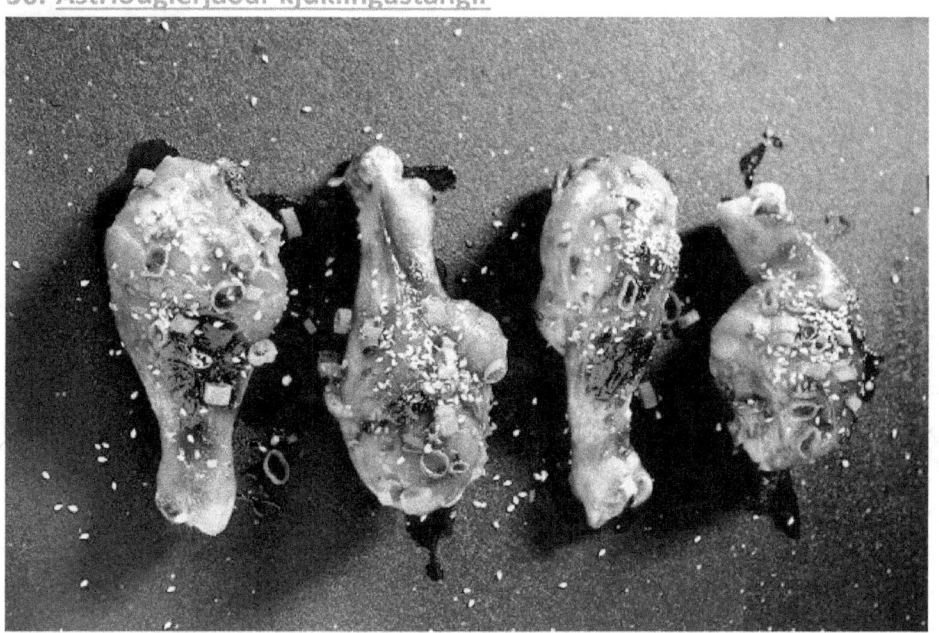

HRÁEFNI:
8 kjúklingalundir
Salt og pipar eftir smekk
Safi úr 3 ástríðuávöxtum
2 matskeiðar hunang
2 matskeiðar sojasósa
2 matskeiðar tómatsósa
1 matskeið Dijon sinnep
2 hvítlauksgeirar, saxaðir
LEIÐBEININGAR:

Forhitið ofninn í 400°F (200°C).
Kryddið kjúklingabringurnar með salti og pipar.
Í lítilli skál, þeytið saman ástríðusafa, hunangi, sojasósu, tómatsósu, Dijon sinnepi og söxuðum hvítlauk.
Setjið kjúklingabringurnar á bökunarplötu klædda bökunarpappír.
Penslið ástríðugljáanum yfir trommukinnana, geymið smá til að basta.
Bakið í 40-45 mínútur, stráið með gljáanum á 15 mínútna fresti, þar til kjúklingurinn er eldaður í gegn og gljáinn er karamellaður.
Takið úr ofninum og leyfið bollunum að hvíla í nokkrar mínútur áður en þær eru bornar fram.
Berið fram ástríðugljáðu kjúklingalundirnar með hlið af hrísgrjónum og gufusoðnu grænmeti.

37. Ástríðuávaxta karrý

HRÁEFNI:
1 matskeið jurtaolía
1 laukur, saxaður
2 hvítlauksgeirar, saxaðir
1 matskeið rifinn engifer
2 matskeiðar karrýduft
1 dós kókosmjólk
Safi úr 2 ástríðuávöxtum
1 bolli niðurskorið grænmeti að eigin vali (td paprika, gulrætur, baunir)
1 pund kjúklingur, nautakjöt eða tófú (valfrjálst)
Salt og pipar eftir smekk
Fersk kóríanderlauf til skrauts
Soðin hrísgrjón eða naan brauð til framreiðslu

LEIÐBEININGAR:

Hitið jurtaolíuna í stórri pönnu eða potti yfir meðalhita.
Bætið söxuðum lauk, söxuðum hvítlauk og rifnum engifer út í.
Steikið í 2-3 mínútur þar til ilmandi.
Hrærið karrýduftinu saman við og eldið í eina mínútu til viðbótar.
Ef þú notar kjöt eða tófú skaltu bæta því við pönnuna og elda þar til það er brúnt.
Hellið kókosmjólkinni og ástríðusafanum út í.
Bætið grænmetinu í bita út í og kryddið með salti og pipar.
Látið malla í 15-20 mínútur, eða þar til grænmetið er meyrt og bragðið hefur blandað saman.
Stillið kryddið ef þarf.
Berið ástríðukarrýið fram yfir soðnum hrísgrjónum eða með naan brauði.
Skreytið með ferskum kóríanderlaufum.

38. Ástríðuávaxtanautakjöt hrært

HRÁEFNI:
1 pund nautakjöt, þunnt sneið (eins og flanksteik eða sirloin)
Salt og pipar eftir smekk
2 matskeiðar jurtaolía
1 rauð paprika, skorin í sneiðar
1 græn paprika, skorin í sneiðar
1 laukur, sneiddur
2 hvítlauksgeirar, saxaðir
Safi úr 2 ástríðuávöxtum
2 matskeiðar sojasósa
1 matskeið hunang
Sesamfræ til skrauts
LEIÐBEININGAR:

Kryddið nautasneiðarnar með salti og pipar.
Hitið jurtaolíuna í stórri pönnu eða wok við meðalháan hita.
Bætið nautakjötssneiðunum út í og eldið í 2-3 mínútur þar til þær eru brúnar.
Takið nautakjötið af pönnunni og setjið til hliðar.
Í sömu pönnu skaltu bæta niðursneiddum paprikum, lauk og hakkaðri hvítlauk.
Hrærið í 3-4 mínútur þar til grænmetið er mjúkt-stökkt.
Þeytið saman ástarsafa, sojasósu og hunangi í lítilli skál.
Hellið sósunni yfir grænmetið á pönnunni og eldið í eina mínútu til viðbótar.
Setjið soðna nautakjötið aftur á pönnuna og blandið öllu saman til að hjúpa sósunni.
Takið af hitanum og skreytið með sesamfræjum.
Berið fram ástríðunautakjötið yfir gufusoðnum hrísgrjónum eða núðlum.

39. Grilluð steik með Chimichurri ástríðu

HRÁEFNI:
2 ribeye eða sirloin steikur
Salt og pipar eftir smekk
Safi úr 2 ástríðuávöxtum
2 matskeiðar ólífuolía
2 matskeiðar rauðvínsedik
1 bolli fersk steinseljublöð, saxuð
3 hvítlauksgeirar, saxaðir
1 tsk þurrkað oregano

LEIÐBEININGAR:

Forhitið grillið í meðalháan hita.
Kryddið steikurnar með salti og pipar.
Þeytið saman ástríðusafa, ólífuolíu, rauðvínsedik, saxaðri steinselju, söxuðum hvítlauk og þurrkuðu oregano saman í lítilli skál til að búa til chimichurri sósu.
Grillið steikurnar í 4-5 mínútur á hverri hlið, eða að tilætluðum steikum.
Takið steikurnar af grillinu og leyfið þeim að hvíla í nokkrar mínútur.
Skerið steikurnar í sneiðar og dreypið ástríðuávaxta chimichurri sósunni yfir.
Berið fram með ristuðum kartöflum eða salati.

40. Ástríðuávaxta kókos karrý rækjur

HRÁEFNI:
1 pund rækja, afhýdd og afveguð
Salt og pipar eftir smekk
1 matskeið jurtaolía
1 laukur, saxaður
2 hvítlauksgeirar, saxaðir
1 matskeið rifinn engifer
1 matskeið karrýduft
1 dós kókosmjólk
Safi úr 2 ástríðuávöxtum
1 bolli niðurskorið grænmeti að eigin vali (td paprika, kúrbít, gulrætur)
Fersk kóríanderlauf til skrauts
Soðin hrísgrjón til framreiðslu

LEIÐBEININGAR:

Kryddið rækjurnar með salti og pipar.
Hitið jurtaolíuna í stórri pönnu eða potti yfir meðalhita.
Bætið söxuðum lauk, söxuðum hvítlauk og rifnum engifer út í.
Steikið í 2-3 mínútur þar til ilmandi.
Hrærið karrýduftinu saman við og eldið í eina mínútu til viðbótar.
Bætið rækjunum á pönnuna og eldið þar til þær eru bleikar og eldaðar í gegn.
Hellið kókosmjólkinni og ástríðusafanum út í.
Bætið grænmetinu í bita út í og kryddið með salti og pipar.
Látið malla í 10-15 mínútur, eða þar til grænmetið er meyrt og bragðið hefur blandað saman.
Stillið kryddið ef þarf.
Berið ástríðuávöxtinn kókos karrý rækjur fram yfir soðnum hrísgrjónum.
Skreytið með ferskum kóríanderlaufum.

SALÖT

41. Kjúklingasalat, avókadó og papaya

HRÁEFNI:
- 6 Helmingar soðnar beinlausar kjúklingabringur
- 2 Skrældar og þunnar þunnar papayas
- 2 Þroskuð avókadó afhýdd og þunnar sneiðar
- 4 matskeiðar ferskur lime safi
- Kvoða af 1 þroskuðum ástríðuávöxtum
- ½ bolli jurtaolía
- Fínt rifinn börkur af 1 lime
- Salt og pipar
- 2 3 matskeiðar hunang
- ½ bolli grófsaxaðar pekanhnetur

LEIÐBEININGAR:
a) Klæðið 6 salatdiska með salati. Skerið fitu sem eftir er á kjúklingnum.
b) Skerið kjúkling í hæfilega stóra bita.
c) Skiptu um kjúkling, avókadó og papaya á diskum
d) Þeytið saman limesafa, deig, olíu, hýði, salt og pipar og hunang.
e) Skeið dressingu yfir hvert salat
f) Stráið pekanhnetum yfir.

42. Suðrænt ávaxtasalat með ástríðuávaxtadressingu

HRÁEFNI:
1 bolli hægeldaður ananas
1 bolli skorið mangó
1 bolli niðurskorinn papaya
1 bolli sneið kiwi
2 ástríðuávextir
Safi úr 1 lime
2 matskeiðar hunang
Fersk myntulauf til skrauts
LEIÐBEININGAR:

Blandaðu saman hægelduðum ananas, mangó, papaya og sneiðum kiwi í stóra skál.
Skerið ástríðuávextina í tvennt og ausið kvoða úr þeim.
Í sérstakri lítilli skál, þeytið saman ástríðukvoða, limesafa og hunang til að búa til dressingu.
Dreypið dressingunni yfir ávaxtasalatið og blandið varlega saman.
Skreytið með fersku myntulaufi.
Berið fram kælt.

43. Spínat og ástríðusalat

HRÁEFNI:
4 bollar fersk barnaspínatlauf
1 bolli sneið jarðarber
1/2 bolli mulinn fetaostur
1/4 bolli sneiðar möndlur
2 ástríðuávextir
Balsamic gljáa til að drekka
LEIÐBEININGAR:

Í stórri salatskál, blandaðu saman spínatblöðunum, sneiðum jarðarberjum, muldum fetaosti og sneiðum möndlum.
Skerið ástríðuávextina í tvennt og ausið kvoða úr þeim.
Stráið ástríðumassanum yfir salatið.
Stráið balsamikgljáa yfir.
Hrærið varlega til að blanda saman.
Berið fram strax.

44. Avókadó og ástríðuávaxtasalat

HRÁEFNI:
2 þroskuð avókadó, skorin í sneiðar
1 bolli kirsuberjatómatar, helmingaðir
1/4 bolli rauðlaukur, þunnt sneið
2 ástríðuávextir
Safi úr 1 lime
2 matskeiðar ólífuolía
Salt og pipar eftir smekk
Fersk kóríanderlauf til skrauts
LEIÐBEININGAR:

Raðið avókadósneiðunum, helmingnum kirsuberjatómötum og sneiðum rauðlauk á fat.
Skerið ástríðuávextina í tvennt og ausið kvoða úr þeim.
Í lítilli skál, þeytið saman ástríðukvoða, limesafa, ólífuolíu, salti og pipar til að búa til dressingu.
Dreypið dressingunni yfir salatið.
Skreytið með ferskum kóríanderlaufum.
Berið fram strax.

45. Kínóa og ástríðuávaxtasalat

HRÁEFNI:
1 bolli soðið kínóa
1 bolli agúrka í teningum
1 bolli helmingaðir kirsuberjatómatar
1/4 bolli saxaður rauðlaukur
2 ástríðuávextir
Safi úr 1 sítrónu
2 matskeiðar extra virgin ólífuolía
Salt og pipar eftir smekk
Fersk steinseljublöð til skrauts
LEIÐBEININGAR:

Blandið saman soðnu kínóa, hægelduðum agúrku, helmingum kirsuberjatómötum og saxuðum rauðlauk í stóra skál.
Skerið ástríðuávextina í tvennt og ausið kvoða úr þeim.
Í sérstakri lítilli skál, þeytið saman ástríðukvoða, sítrónusafa, ólífuolíu, salti og pipar til að búa til dressingu.
Dreypið dressingunni yfir quinoa salatið.
Hrærið varlega til að blanda saman.
Skreytið með fersku steinseljulaufi.
Berið fram kælt.

46. Vatnsmelóna og ástríðusalat

HRÁEFNI:
4 bollar vatnsmelóna í teningum
1 bolli fersk bláber
1/4 bolli söxuð fersk myntulauf
2 ástríðuávextir
Safi úr 1 lime
2 matskeiðar hunang
Fersk basilíkublöð til skrauts

LEIÐBEININGAR:
Í stórri skál skaltu sameina vatnsmelóna, fersk bláber og söxuð fersk myntulauf.
Skerið ástríðuávextina í tvennt og ausið kvoða úr þeim.
Í sérstakri lítilli skál, þeytið saman ástríðukvoða, limesafa og hunang til að búa til dressingu.
Dreypið dressingunni yfir ávaxtasalatið.
Hrærið varlega til að blanda saman.
Skreytið með fersku basilíkulaufi.
Berið fram kælt.

47. Blandað grænmeti og ástríðusalat

HRÁEFNI:
4 bollar blandað salatgrænmeti (td rucola, barnaspínat, salat)
1 bolli gúrkur í sneiðum
1 bolli sneiðar radísur
1/4 bolli mulinn geitaostur
2 ástríðuávextir
Safi úr 1 sítrónu
2 matskeiðar extra virgin ólífuolía
Salt og pipar eftir smekk
Ristar valhnetur til skrauts

LEIÐBEININGAR:
Í stórri salatskál, blandaðu saman blönduðu salatgrænu, sneiðum gúrkum, sneiðum radísum og muldum geitaosti.
Skerið ástríðuávextina í tvennt og ausið kvoða úr þeim.
Í sérstakri lítilli skál, þeytið saman ástríðukvoða, sítrónusafa, ólífuolíu, salti og pipar til að búa til dressingu.
Dreypið dressingunni yfir salatið.
Hrærið varlega til að blanda saman.
Skreytið með ristuðum valhnetum.
Berið fram strax.

48. Kúskús og ástríðusalat

HRÁEFNI:
1 bolli soðið kúskús
1 bolli niðurskorin paprika (miks litir)
1/2 bolli agúrka í teningum
1/4 bolli söxuð fersk steinselja
2 ástríðuávextir
Safi úr 1 appelsínu
2 matskeiðar extra virgin ólífuolía
Salt og pipar eftir smekk
Fetaostur molnar til skrauts

LEIÐBEININGAR:
Blandið saman soðnu kúskúsinu, niðurskornum papriku, hægelduðum agúrku og saxaðri ferskri steinselju í stóra skál.
Skerið ástríðuávextina í tvennt og ausið kvoða úr þeim.
Í sérstakri lítilli skál, þeytið saman ástríðukvoða, appelsínusafa, ólífuolíu, salti og pipar til að gera dressinguna.
Dreypið dressingunni yfir kúskússalatið.
Hrærið varlega til að blanda saman.
Skreytið með fetaostsmolum.
Berið fram kælt.

49. Asískt núðlu- og ástríðuávaxtasalat

HRÁEFNI:
8 aura soðnar soba núðlur
1 bolli rifnar gulrætur
1 bolli þunnt sneið papriku (miks litir)
1/4 bolli saxaður grænn laukur
2 ástríðuávextir
Safi úr 1 lime
2 matskeiðar sojasósa
1 matskeið sesamolía
1 matskeið hunang
Ristað sesamfræ til skrauts

LEIÐBEININGAR:
Í stórri skál skaltu sameina soba núðlurnar, rifnar gulrætur, sneiddar paprikur og hakkað grænan lauk.
Skerið ástríðuávextina í tvennt og ausið kvoða úr þeim.
Í sérstakri lítilli skál, þeytið saman ástríðukvoða, limesafa, sojasósu, sesamolíu og hunang til að búa til dressinguna.
Dreypið dressingunni yfir núðlusalatið.
Hrærið varlega til að blanda saman.
Skreytið með ristuðum sesamfræjum.
Berið fram kælt.

50. Rulla- og geitaostasalat með ástríðuvínaigrette

HRÁEFNI:
4 bollar barn rucola
1/2 bolli mulinn geitaostur
1/4 bolli þurrkuð trönuber
2 ástríðuávextir
Safi úr 1 sítrónu
2 matskeiðar extra virgin ólífuolía
Salt og pipar eftir smekk
Ristar furuhnetur til skrauts

LEIÐBEININGAR:
Í stórri salatskál, blandaðu barninu rucola, muldum geitaosti og þurrkuðum trönuberjum saman.
Skerið ástríðuávextina í tvennt og ausið kvoða úr þeim.
Í sérstakri lítilli skál, þeytið saman ástríðukvoða, sítrónusafa, ólífuolíu, salti og pipar til að búa til vinaigrette.
Dreypið vínaigrettunni yfir salatið.
Hrærið varlega til að blanda saman.
Skreytið með ristuðum furuhnetum.
Berið fram strax.

51. Caprese salat með Passion Fruit Gljáa

HRÁEFNI:
4 þroskaðir tómatar, skornir í sneiðar
8 aura ferskur mozzarella ostur, sneið
Fersk basilíkublöð
2 þroskaðar ferskjur, þunnar sneiðar
2 ástríðuávextir
Balsamic gljáa
Salt og pipar eftir smekk

LEIÐBEININGAR:
Raðið tómatsneiðunum og ferskum mozzarella ostsneiðum á fat.
Setjið ferskt basilblað á hverja tómat- og ostasneið.
Setjið ferskjusneiðar ofan á.
Skerið ástríðuávextina í tvennt og ausið kvoða úr þeim.
Setjið örlítið magn af ástríðukvoða á hvert caprese salat.
Stráið balsamikgljáa yfir.
Kryddið með salti og pipar eftir smekk.
Berið fram strax.

EFTIRLITUR

52. Kókos Panna Cotta Með ástríðuávöxtum

HRÁEFNI:
FYRIR KOKOSHUTAN
- 400 g þykkt kókosmauk
- 80 g kornsykur
- 4 gelatínblöð

FYRIR ÁSTÆÐUÁVINTU hlutann
- 250 g ástríðuávaxtamauk
- 100 g kornsykur
- 4 gelatínblöð
- Sable kex
- 45 g flórsykur
- 115 g Alhliða hveiti
- 15 g möndlumjöl
- Klípa af salti
- 55 g Ósaltað smjör mjög kalt
- 25 g egg ca. hálft egg
- Hvítt súkkulaði brætt
- Rifin kókos

LEIÐBEININGAR:
SABLE KAKA
a) Þegar smákökurnar eru bakaðar og kældar niður í stofuhita, bræðið smá magn af hvítu súkkulaði og smyrjið kökurnar með því
b) Stráið rifið kókos yfir og setjið til hliðar

PANNA COTTA
c) Kókoshlutinn útbúinn: Leggið matarlímsblöð í bleyti í köldu vatni
d) Hitið kókosmauk og sykur þar til það mallar og sykurinn leysist upp
e) Takið pottinn af hitanum, kreistið umframvatn af matarlímsblöðunum og hrærið þeim út í kókosblönduna. Leggðu það til hliðar
f) Undirbúið ástríðuhlutinn: Leggið matarlímsblöð í bleyti í köldu vatni
g) Renndu ástríðumauki í gegnum sigti til að losna við flest fræin. Geymdu aðeins nokkra
h) Hitið ástríðumauk með sykri þar til það er rétt að malla og sykurinn leysist upp að fullu
i) Takið pottinn af hitanum, kreistið umframvatn af matarlímsblöðum og hrærið þeim út í ástríðumaukið. Leggðu það til hliðar

SAMSETNINGU

j) Þar sem bæði kókoshlutinn og ástríðuhlutinn innihalda gelatín þarf að passa að láta þá ekki harðna að fullu áður en þeir eru settir að fullu saman í formið, svo ekki láta þá kólna alveg. Hrærið í þeim af og til

k) Gríptu mótið þitt og við skulum hefja samsetningarferlið. Pípaðu hvíta hlutann inn í mitt hvert holrúm, píddu síðan meira kókospanna cotta inn í ytri hringinn

l) Setjið mótið inn í frysti í 15 mín svo hægt sé að stilla kókoshlutann áður en haldið er áfram í næsta skref. Látið afganginn af kókosrjómanum vera við stofuhita og hrærið af og til svo það stífni ekki

m) Þegar kókoshlutinn hefur fullkomlega stífnað í frystinum skaltu halda áfram að setja ástríðuhlutann ofan á

n) Frystið mótið aftur núna í 30 mínútur. Gakktu úr skugga um að þú hrærir af og til í kókoshlutanum sem eftir er svo hann stífni ekki á meðan mót er í frystinum

o) Þegar ástríðuávöxturinn er orðinn að fullu kominn í frystinn skaltu halda áfram að setja þann hvíta hluta sem eftir er ofan á. Látið það kólna í frysti í mín. 6 klst, yfir nótt er jafnvel betra

p) Eftir að panna coturnar eru fullfrystar skaltu losa þau varlega en þétt úr forminu. Gakktu úr skugga um að þú ýtir sérstaklega á miðjuna svo hún festist ekki í formið

q) Setjið hverja pannacotta á kókoshnetukökuna á meðan pannacottan er frosin

r) Látið panna cottaið þiðna annað hvort við stofuhita eða í ísskáp

53. Ástríðuávaxtamús

HRÁEFNI:

- 1 dós uppgufuð mjólk; kælt yfir nótt
- 8 gelatínblöð eða 1½ pakki af gelatíndufti
- 2 bollar Passion ávaxtasafi
- 1½ bolli sykur
- ½ bolli Vatn

LEIÐBEININGAR:

a) Leysið matarlím upp í vatni Með rafmagnsþeytara, þeytið uppgufða mjólk þar til hún er stíf og froðukennd. Bætið við sykri og þeytið í 1 mín. Hrærið gelatíni saman við. Hrærið safa út í. Setjið í olíuborið mót og kælið í að minnsta kosti 6 klukkustundir. Afmóta og bera fram með ástarsósu eða annarri ávaxtasósu sem þú vilt.

54. Grapefruit passion curd baka

HRÁEFNI:
- 1 skammtur óbakað Ritz Crunch
- 1 skammtur af Grapefruit Passion Curd
- 1 skammtur af sætum þéttum greipaldini

LEIÐBEININGAR:
a) Hitið ofninn í 275°F.
b) Þrýstu Ritz marrinu í 10 tommu bökuform. Notaðu fingurna og lófana, þrýstu marrinu þétt inn og passaðu að hylja botninn og hliðarnar jafnt og alveg.
c) Setjið formið á pönnu og bakið í 20 mínútur. Ritz skorpan ætti að vera örlítið gullbrúnari og örlítið dýpri í smjörkenndu góðgæti en marrið sem þú byrjaðir með. Kældu skorpuna alveg; pakkað inn í plast má frysta skorpuna í allt að 2 vikur.
d) Notaðu skeið eða offsetspaða til að dreifa greipaldinsástríðuostinum jafnt yfir botn Ritz-skorpunnar. Setjið bökuna í frysti til að stífna osturinn þar til hún er stinn, um það bil 30 mínútur.
e) Notaðu skeið eða offset spaða, dreifðu sykraða þétta greipaldininu ofan á skyrið, passaðu að blanda ekki lögunum tveimur og passaðu að osturinn sé alveg þakinn.
f) Setjið aftur í frysti þar til tilbúið er að sneiða og bera fram.

55. Banana- og ástríðuís

HRÁEFNI:
- 3 eða 4 þroskaðir bananar
- 2 ástríðuávextir
- 425 g öskjukrem
- 1 matskeið glært hunang
- 1 matskeið sítrónusafi
- ½ matskeið vanilluþykkni

LEIÐBEININGAR:

a) Afhýðið bananana og brjótið þá í matvinnsluvél eða blandara. Haldið ástríðuávöxtunum í helming og takið fræin og safann beint í örgjörvann með skeið.

b) Bætið restinni af hráefnunum saman við og maukið þar til það er slétt (ástríðuávaxtafræin eiga að vera heil).

c) Hellið blöndunni í stóra könnu, lokið og kælið í að minnsta kosti 30 mínútur eða þar til hún er vel kæld.

d) Hellið blöndunni í ísvélina og frystið samkvæmt leiðbeiningum.

e) Flytið yfir í viðeigandi ílát og frystið þar til þarf.

56. Ferskju- og ástríðuávaxta ís

HRÁEFNI:

- 1 ¼ bolli þungur rjómi
- 1 tsk hreint vanilluþykkni
- 2 stór egg
- ¼ bolli ofurfínn sykur eða eftir smekk
- 2 tsk maíssterkju
- 1 matskeið vatn
- 4 stórar mjög þroskaðar ferskjur
- safi og fínt rifinn börkur af 1 appelsínu
- 4 þroskaðir ástríðuávextir

LEIÐBEININGAR:

a) Komið rjómanum og vanillu í lítinn pott að suðumarki.
b) Takið af hitanum. Þeytið eggin og sykurinn í skál þar til það er mjög fölt og örlítið þykkt. Þeytið örlítið af rjómanum út í eggin þar til það er vel blandað og síið síðan aftur í pottinn.
c) Blandið maíssterkjunni saman við vatnið þar til það er slétt. Þeytið því út í rjóma- og eggjablönduna og setjið pönnuna aftur á hita. Ekki sjóða, en þegar blandan byrjar að þykkna skaltu hræra stöðugt þar til hún hylur bakið á skeið. Setjið til hliðar til að kólna, hrærið af og til.
d) Setjið ferskjurnar í sjóðandi vatn í um það bil 1 mínútu eða þar til hýðið losnar auðveldlega af.
e) Blandið eða maukið holdið með appelsínusafanum og börknum og sigtið ef þarf. Skelltu ástríðukjötinu í litla skál.
f) Hrærið varlega saman kældu vanilunni og ferskjumaukinu. Setjið í ísvél og vinnið samkvæmt leiðbeiningum framleiðanda, eða notiðhandblöndunaraðferð.
g) Þegar það er næstum stíft, setjið yfir í frystiílát og hrærið flestum ástríðuávöxtunum saman við. Frystið þar til það er stíft eða þarf. Þennan ís má frysta í allt að 1 mánuð.
h) Leyfðu um það bil 15 mínútur að mýkjast áður en þú berð fram með aðeins meiri ástríðuávöxtum hellt ofan á.

57. Suðræn Margarita Sorbet

HRÁEFNI:
- 1 bolli sykur
- 1 bolli ástríðumauki
- 1½ pund þroskuð mangó, afhýdd, skorin og skorin í teninga
- Rifinn börkur af 2 lime
- 2 matskeiðar Blanco (hvítt) tequila
- 1 matskeið appelsínulíkjör
- 1 msk létt maíssíróp
- ½ tsk kosher salt

LEIÐBEININGAR:
a) Blandið saman sykri og ástríðumauki í litlum potti.
b) Látið suðuna koma upp við meðalhita, hrærið til að leysa upp
c) sykur. Takið af hellunni og látið kólna.
d) Blandaðu saman ástríðuávaxtablöndunni, mangó í teningi, lime börk, tequila, appelsínulíkjör, maíssíróp og salt í blandara. Maukið þar til slétt.
e) Hellið blöndunni í skál, lokið og kælið þar til hún er köld, að minnsta kosti 4 klukkustundir eða allt að yfir nótt.
f) Frystið og hrærið í ísvél samkvæmt leiðbeiningum framleiðanda.
g) Fyrir mjúka samkvæmni (best, að mínu mati), berið sorbetinn fram strax; fyrir stinnari samkvæmni skaltu flytja það í ílát, hylja það og leyfa því að harðna í frysti í 2 til 3 klukkustundir.

58. Súkkulaðibita lagkaka

HRÁEFNI:
- 1 skammtur af súkkulaðibitaköku
- ⅓ bolli ástríðumauki
- 1 skammtur af Passion Fruit Curd
- ½ skammtur súkkulaðimola
- 1 skammtur af kaffifrosti
- ¼ bolli lítill súkkulaðibitar

LEIÐBEININGAR:
a) Settu pergament eða Silpat á borðið. Hvolfið kökunni ofan á hana og afhýðið pergamentið eða Silpat af botninum á kökunni. Notaðu kökuhringinn til að stimpla út 2 hringi úr kökunni. Þetta eru efstu 2 kökulögin þín. Það sem eftir er af kökusrifinu mun koma saman til að gera neðsta lagið á kökunni.

1. LAG, NOTNIÐ
b) Hreinsaðu kökuhringinn og settu hann í miðjuna á form sem er klætt með hreinu smjörpappír eða Silpat. Notaðu 1 ræma af asetati til að fóðra kökuhringinn að innanverðu.
c) Setjið kökusnúðana inn í hringinn og notaðu handarbakið til að þjappa restunum saman í flatt jafnt lag.
d) Dýptu sætabrauðspensli í ástríðumaukið og láttu kökulagið gott og hollt bað af helmingnum af maukinu.
e) Notaðu bakhliðina á skeið til að smyrja helmingnum af ástríðuostinu í jöfnu lagi yfir kökuna.
f) Stráið helmingnum af súkkulaðimylsnunni jafnt yfir ástríðuostinn. Notaðu handarbakið til að festa þau á sinn stað.
g) Notaðu bakhliðina á skeið til að dreifa þriðjungi kaffifrostsins eins jafnt og hægt er yfir súkkulaðimolana.

2. LAG, MIÐJAN
h) Með vísifingri skaltu setja seinni asetatræmuna varlega á milli kökuhringsins og efstu ¼ tommu fyrstu asetatræmunnar, þannig að þú sért með glæran asetathring sem er 5 til 6 tommur á hæð – nógu hátt til að standa undir hæðinni fullbúnu kökunni. Settu kökuhring ofan á frostinginn og endurtaktu ferlið fyrir lag 1.

3. LAG, EFSTA
i) Settu afganginn af kökunni hringinn í frostið. Hyljið toppinn á kökunni með frostinu sem eftir er. Gefðu honum rúmmál og þyrlast, eða gerðu eins

og við og veldu fullkomlega flatan topp. Skreytið frostinginn með litlu súkkulaðibitunum.

j) Færið plötuformið í frystinn og frystið í að minnsta kosti 12 klukkustundir til að setja kökuna og fyllinguna. Kakan geymist í frysti í allt að 2 vikur.

k) Að minnsta kosti 3 tímum áður en þú ert tilbúinn til að bera kökuna fram skaltu draga plötuformið úr frystinum og með því að nota fingur og þumla skaltu smella kökunni úr kökuhringnum. Fjarlægðu asetatið varlega og færðu kökuna yfir á fat eða kökustand. Látið það afþíða í ísskápnum í að minnsta kosti 3 klst

l) Skerið kökuna í báta og berið fram.

59. No-Bake Passionfruit ostakaka

HRÁEFNI:
FYRIR KEXBASINN
- 200 g engiferhnetukex aka gingersnaps
- 100 g smjör

FYRIR ostakökufyllinguna
- 400 g Fullfeiti Philadelphia rjómaostur
- 100 g púðursykur
- 2 gelatínblöð platínuflokkur, notaðu 3 fyrir stinnara sett
- 200 ml Tvöfaldur rjómi
- 100 g grísk jógúrt
- 15 ml lime safi
- 2 tsk vanillubaunamauk
- 100 ml ástríðumauki

FYRIR PASSIONFruit JELY TOPPING
- 100 ml ástríðumauki
- 100 ml ástríðukvoða
- 75 g púðursykur
- 2 gelatínblöð

LEIÐBEININGAR:
KEXBASKI
a) Vinnið engiferkexin í matvinnsluvél þar til þau líkjast fínum brauðraspum.
b) Bræðið smjörið og hrærið saman við kexmolana.
c) Hellið þessari blöndu með skeið í botninn á bökunarforminu og þrýstið niður til jafns.

OSTAKÖKUFYLLING
a) Setjið 2 gelatínblöð í skál fyllta með köldu vatni. Látið standa í 5-19 mínútur þar til þær eru mjúkar.
b) Þeytið rjómaost og sykur saman þar til slétt er.
c) Bætið grísku jógúrtinni og vanillubaunamaukinu út í og blandið saman við.
d) Hitið næst ástríðumaukið og limesafann saman á pönnu þar til það er orðið heitt.
e) Hellið matarlímsblöðunum af vatninu, bætið á pönnuna og blandið þar til þau eru leyst upp.
f) Þeytið ávaxtasafa út í ostakökudeigið – fljótt fljótt þegar vökvanum er hellt út í til að forðast að hann byrji að harðna.

g) Bætið rjómanum út í og þeytið þar til það er nógu þykkt til að skeið standist í honum.
h) Setjið á kexbotninn með skeið og jafnið með bareflum hníf. Kældu í 3 klst.

ÁSTÆÐUÁVÆNISJELÚTOPPING
a) Setjið afganginn af 2 gelatínlaufunum í kalt vatn og látið mýkjast.
b) Setjið ástríðumaukið og ferskt ástríðumauk í litla pönnu ásamt sykrinum og hitið í um 60C/ 120F þar til sykurinn leysist upp.
c) Tæmið gelatínið, bætið á pönnuna og hrærið til að það leysist upp.
d) Látið kólna í um 40C/ 80F og hellið síðan yfir ostakökuna.
e) Setjið ostakökuna aftur í kæliskápinn í 3 klukkustundir til viðbótar.

60. Ricotta ostakaka með ástríðuávöxtum

HRÁEFNI:
- 4 egg, aðskilin
- 2½ bollar mjólk
- 200 g ósaltað smjör,
- brætt og kælt
- 2 tsk vanilluþykkni
- 3 bollar sjálfhækkandi hveiti
- ¼ bolli flórsykur

Sítrónu ostakökufylling
- 400 g slétt ricotta
- ½ bolli sítrónuost
- 1 bolli ástríðukvoða
- ¼ bolli flórsykur

LEIÐBEININGAR:
a) Setjið eggjarauður, mjólk, smjör og vanillu í stóra könnu og þeytið þar til það hefur blandast vel saman.
b) Blandið hveiti og sykri saman í stóra hrærivélaskál og gerið holu í miðjunni.
c) Þeytið eggja- og mjólkurblönduna varlega út í til að mynda slétt deig.
d) Þeytið eggjahvítur með rafþeytara þar til stífir toppar myndast. Blandið eggjahvítunum varlega saman við deigið.
e) Veldu stillingu fyrir belgíska vöfflu.
f) Forhitið þar til appelsínugula ljósið blikkar upp og orðin HEATING hverfa.
g) Notaðu vöffluskömmtunarbolla og helltu ½ bolli af deigi í hvern vöffluferning. Lokaðu lokinu og eldaðu þar til tímamælirinn hefur lokið og tilbúið pípið hefur heyrst þrisvar sinnum. Setjið til hliðar til að kólna alveg.
h) Þeytið ricotta og sítrónuost saman þar til það er slétt og setjið til hliðar.
i) Fyrir ástríðuávaxtasósuna, setjið deigið í meðalstóran pott ásamt ½ bolli af vatni og flórsykrinum. Hrærið við meðalhita í 5 mínútur eða þar til það er þykkt og sírópkennt. Fjarlægðu og kældu.
j) Til að bera fram skaltu skera hverja vöfflu í tvennt á ská og samloka henni með sítrónuostakökufyllingu. Berið fram 2 vöfflur fyrir hvern og einn og dreypið ástríðusósu yfir.

61. Margarita krem með mangó og ástríðu

HRÁEFNI:
- 3 bollar Coles Brand þykknað krem
- 1 bolli Coles Brand hvítur sykur
- ⅓ bolli ferskur lime safi
- 3 matskeiðar tequila
- 2 tsk fínn lime börkur
- 1 mangó, afhýtt, skorið í sundur, skorið í teninga
- 1 banani, afhýddur, skorinn í teninga
- 3 ástríðuávextir

LEIÐBEININGAR:
a) Til að búa til kremin: Látið suðuna koma upp í meðalþungum potti við meðalháan hita og hrærið þar til sykurinn leysist upp.

b) Sjóðið í 3 mínútur, hrærið stöðugt í og lækkið hitann eftir þörfum til að koma í veg fyrir að blandan fari að sjóða yfir.

c) Takið pottinn af hitanum. Hrærið limesafa og tequila saman við og kælið í 10 mínútur. Hrærið lime-safanum saman við.

d) Notaðu um það bil ½ bolla af rjómablöndunni fyrir hvern, skiptu kreminu í átta litla eftirréttarbolla eða glös. Lokið og setjið í kæli þar til stíft, að minnsta kosti 4 klukkustundir eða yfir nótt.

e) Til að undirbúa ávextina: Blandaðu saman mangóinu og banananum í stóra skál. Skerið ástríðuávextina í tvennt, ausið kvoða og safa upp úr og hellið því yfir mangó og banana. Kasta varlega ávextinum til að hjúpa með ástríðuávöxtum.

f) Til að bera fram: Hellið ávöxtunum yfir kremið og berið fram strax.

62. Sables ástríðu hindberjum

HRÁEFNI:
- 4 aura sykur
- 6 aura smjör
- 4 egg
- 8 aura af kökumjöli
- 3 aura möndlumjöl
- ½ aura lyftiduft
- 12 aura rjómaostur
- 3 aura sykur
- 3 aura ástríðuávaxtamauk
- Hindber með sykri

LEIÐBEININGAR:
DEIG:
a) Blandið smjörinu og sykrinum saman og bætið síðan heilu eggjunum og möndlumjölinu, kökumjölinu og lyftidufti saman við.
b) Bakið við 320F í 15 mínútur.
c) Skerið deigið í hringi þegar það hefur kólnað.
FYLLING:
d) Blandið saman rjómaostinum og ástríðumaukinu. Setjið fyllinguna í sætabrauðspoka.
e) Notaðu hringlaga túpuna, pípuðu fyllinguna ofan á hringlaga sabelinn og settu síðan aðra sable hring.
f) Skreytið sablen með flórsykri og hindberjum.
g) Skreytið sabelinn með hindberjasósu og skreytið með nokkrum hindberjum.

63. Passionfruit posset

HRÁEFNI:

- 300 ml Tvöfalt krem
- 75 grömm af strásykri
- 1 sítrónu
- 2 Ástríða
- Súkkulaði; kex, til að bera fram

LEIÐBEININGAR:

a) Setjið rjómann og sykurinn á pönnu og látið suðuna koma upp, hrærið þar til sykurinn leysist upp.
b) Rífið börkinn af sítrónunni og hrærið á pönnuna með safanum.
c) Hrærið í eina mínútu eða svo þar til blandan þykknar og takið síðan af hellunni.
d) Haltu ástríðuávöxtunum í helming, ausaðu fræin og deigðu í posset. Hrærið vel og hellið í tvö stöngulvínglös.
e) Kælið, kælið síðan þar til það er stíft.

64. Mangó og ástríðuávextir Pavlova

HRÁEFNI:

- 4 eggjahvítur
- 1 bolli flórsykur
- 1 tsk hvítt edik
- 1 tsk maíssterkju
- 1 bolli þeyttur rjómi
- 1 bolli ferskt mangó í sneiðum
- ¼ bolli ástríðukvoða
- ¼ bolli ristað kókos

LEIÐBEININGAR:

a) Forhitið ofninn í 300°F (150°C). Klæðið bökunarplötu með bökunarpappír.

b) Þeytið eggjahvítur þar til stífir toppar myndast. Bætið sykri smám saman út í, einni matskeið í einu, þeytið vel eftir hverja viðbót.

c) Bætið við ediki og maíssterkju og þeytið þar til það er bara blandað saman.

d) Helltu blöndunni á tilbúna bökunarplötuna til að mynda 8 tommu (20 cm) hring.

e) Notaðu spaða til að búa til brunn í miðju pavlova.

f) Bakið í 1 klukkustund eða þar til pavlova er stökk að utan og mjúk að innan.

g) Látið kólna alveg.

h) Smyrjið þeyttum rjóma ofan á pavlovana. Bætið sneiðum mangó út í og dreypið ástríðukvoða yfir. Stráið ristaðri kókos yfir.

65. Nýja Sjáland Kiwi pavlova

HRÁEFNI:

- 4 eggjahvítur
- 1¼ bolli strásykur (kornaður).
- 1 tsk hvítt edik
- 1 tsk Vanillu essens (þykkni)
- 1 matskeið maísmjöl (maissterkja)
- ½ lítri rjómi
- 2 Kiwi ávextir
- 4 Ástríðuávöxtur

LEIÐBEININGAR:

a) Hitið ofninn í 180C. Þeytið eggjahvítur og sykur með rafmagnshrærivél í 10 mínútur eða þar til þær eru þykkar og gljáandi.
b) Blandið ediki, vanillu og maísmjöli saman við.
c) Bætið við marengs. Þeytið á miklum hraða í 5 mínútur í viðbót. Klæðið ofnskúffu með bökunarpappír (ekki smyrja).
d) Teiknaðu 22 cm hring á bökunarpappírinn. Dreifið pavlovablöndunni í innan við 2 cm frá brún hringsins, hafðu formið eins kringlótt og jafnt og mögulegt er.
e) Slétt yfirborð yfir. Settu pavlova inn í ofn og lækkaðu síðan ofnhitann niður í 100C. Bakið pavlova í 1 klst. Slökktu á ofninum. Opnaðu ofnhurðina örlítið og láttu pavlova vera í ofninum þar til hún er köld. Lyftu pavlova varlega á framreiðsludisk. Skreytið með þeyttum rjóma, sneiðum kiwi-ávöxtum og kvoða af ferskum ástríðuávöxtum.

66. Suðrænum ávöxtum pavlova

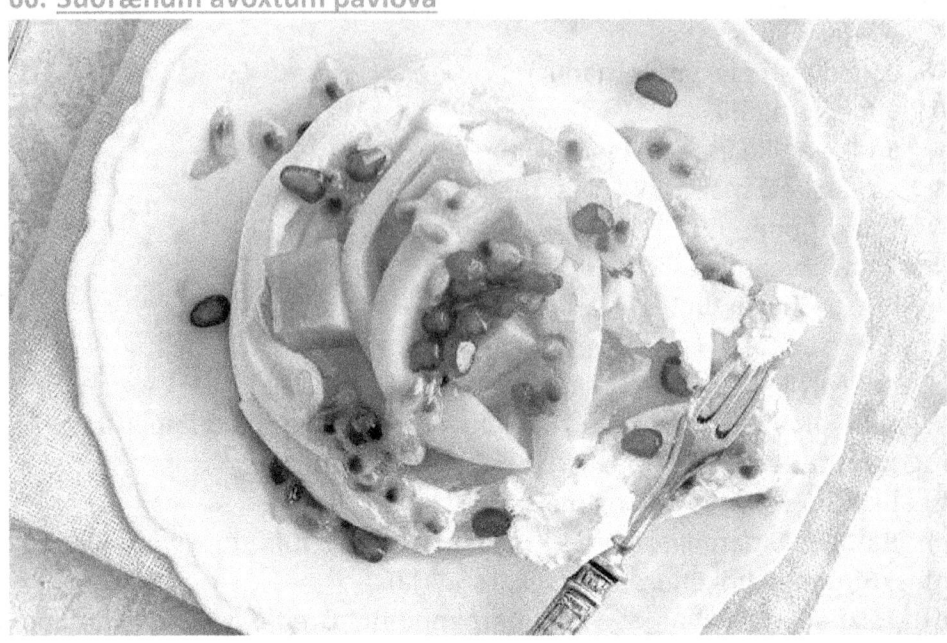

HRÁEFNI:

- 4 stórar eggjahvítur við stofuhita
- 1 Klípa salt
- 225 gr púðursykur
- 2 tsk maísmjöl
- 1 Klípa rjóma af tartar
- 1 tsk hvítvínsedik
- 4 dropar vanilluþykkni
- 2 ástríðuávöxtur
- Þroskaðir suðrænir ávextir eins og mangó; kíví, stjörnuávöxtur og kápustikilsber
- 150 millilítrar Tvöfaldur rjómi
- 200 millilítra creme fraiche

LEIÐBEININGAR:

a) Forhitið ofninn í 150c/300f/Gas 2.
b) Klæðið bökunarplötu með bökunarpappír og teiknið á 22 cm/9" hring. Fyrir marengsinn: Þeytið eggjahvítur og salt í stórri, hreinni skál þar til stífir toppar hafa myndast.
c) Þeytið sykurinn út í þriðjung í einu og þeytið vel á milli hverrar útsetningar þar til hann er stífur og mjög glansandi. Stráið maísmjölinu, vínsteinsrjómanum, ediki og vanilluþykkni yfir og blandið varlega saman við.
d) Settu marengsinn á pappírinn innan hringsins og vertu viss um að það sé veruleg dæld í miðjunni.
e) Setjið í ofninn og minnkið hitann strax í 120c/250f/Gas ¼ og eldið í 1½-2 klukkustundir þar til hann er ljósbrúnn en aðeins mjúkur í miðjunni. Slökktu á ofninum, láttu hurðina standa örlítið á glímu og láttu kólna alveg.
f) Fyrir fyllinguna: Haldið ástríðuávöxtunum í helminga og takið kvoðan út. Afhýðið og skerið úrvalið af ávöxtum í sneiðar eftir þörfum.
g) Setjið rjómann í skál og þeytið þar til það er þykkt og blandið svo creme fraiche út í. Fjarlægðu pappírinn af pavlovunni og settu á disk.
h) Hrafið rjómablöndunni ofan á og raðið ávöxtunum ofan á og endið með ástríðuávöxtum. Berið fram í einu.

67. No-Bake Passion Fruit Cobbler

HRÁEFNI:

- 6 ástríðuávextir, deigið skolað út
- 1 matskeið lime safi
- ¼ bolli kornsykur
- 1 tsk vanilluþykkni
- 1 bolli muldar smákökur
- ¼ bolli rifinn kókos
- 2 matskeiðar hunang
- 2 matskeiðar ósaltað smjör, brætt

LEIÐBEININGAR:

a) Í skál, blandaðu ástríðukvoða, lime safa, kornsykri og vanilluþykkni. Blandið vel saman.

b) Í annarri skál, blandið muldum smákökum, rifnum kókoshnetu, hunangi og bræddu smjöri saman þar til það er molað.

c) Taktu einstaka framreiðslurétti og settu ástríðublönduna í lag og síðan kökublönduna.

d) Endurtakið lögin þar til allt hráefnið er notað og endið með kökublöndunni ofan á.

e) Geymið í kæli í að minnsta kosti 1 klukkustund til að leyfa bragðinu að blandast saman.

f) Berið fram kældan og njóttu einstaka suðræna bragðsins af ástríðuávöxtum!

68. Passion Fruit Sorbet

HRÁEFNI:
- 1 tsk duftformað gelatín
- 2 sítrónur
- 9 aura af kornuðum sykri
- 8 ástríðuávextir

LEIÐBEININGAR:

a) Mælið 2 matskeiðar af vatni í litla skál eða bolla, stráið gelatíninu yfir og látið standa í 5 mínútur. Kreistið safann úr sítrónunum.

b) Setjið sykurinn í pott og bætið við 300ml/½ pint vatni. Hitið varlega, hrærið, þar til sykurinn hefur leyst upp. Hækkið hitann og sjóðið hratt í um það bil 5 mínútur þar til blandan lítur út fyrir að vera síróp.

c) Takið af hellunni, bætið sítrónusafanum út í og hrærið gelatíninu út í þar til það hefur leyst upp.

d) Ástríðuávextirnir eru helmingaðir og með lítilli skeið ausið fræin og deigið út í sírópið. Látið kólna.

e) Lokið og kælið í að minnsta kosti 30 mínútur eða þar til það er vel kælt.

f) Settu kælda sírópið í gegnum sigti sem ekki er úr málmi til að fjarlægja fræin.

g) Hellið blöndunni í ísvélina og frystið samkvæmt leiðbeiningum.

h) Flytið yfir í viðeigandi ílát og frystið þar til þarf.

69. Guava Passion Fruit Sorbet

HRÁEFNI:
- 2 bollar guava deig (ferskt eða frosið)
- ½ bolli ástríðukvoða (ferskt eða frosið)
- ½ bolli sykur
- Safi úr 1 lime

LEIÐBEININGAR:

a) Í blandara eða matvinnsluvél, blandaðu saman guava deiginu, ástríðuávöxtum, sykri og lime safa. Blandið þar til slétt.

b) Hellið blöndunni í ísvél og hrærið í samræmi við leiðbeiningar framleiðanda.

c) Þegar sorbetinn hefur verið hrærður skaltu flytja hann yfir í ílát með loki og frysta í nokkrar klukkustundir til að stífna.

d) Berið guava ástríðusorbetinn fram í kældum skálum eða glösum fyrir sætan og bragðmikinn suðrænan eftirrétt.

70. Avókadó – ástríðuávaxtasorbet

HRÁEFNI:

- 2 bollar ferskt eða þítt frosið ástríðumauk
- ¾ bolli auk 2 matskeiðar sykur
- 2 lítil þroskuð avókadó
- ½ tsk kosher salt
- 1 matskeið nýkreistur lime safi

LEIÐBEININGAR:

a) Blandið saman ástríðumaukinu og sykri í litlum potti.
b) Eldið við meðalháan hita, hrærið þar til sykurinn leysist upp.
c) Takið af hitanum og látið kólna niður í stofuhita.
d) Skerið avókadóið í tvennt eftir endilöngu. Fjarlægðu gryfjurnar og helltu kjötinu í blandara eða matvinnsluvél.
e) Bætið kældu ástríðuávaxtablöndunni og saltinu út í og vinnið þar til það er slétt, skafið niður hliðarnar á blöndunartækinu eða skálinni eftir þörfum.
f) Bætið límónusafanum út í og vinnið aðeins þar til blandast saman. Hellið blöndunni í skál, setjið lok á og geymið í kæli þar til hún er köld, um það bil 2 klukkustundir.
g) Frystið og hrærið í ísvél samkvæmt leiðbeiningum framleiðanda.
h) Berið sorbetinn fram strax til að fá mjúka samkvæmni; til að fá stífari samkvæmni skaltu flytja það í ílát, hylja það og leyfa að harðna í frysti í 2 til 3 klukkustundir.

KRYDDINGAR

71. Ástríðuávaxta karamellusósa

HRÁEFNI:

- 2 bollar sykur
- ½ bolli vatn
- 2 tsk létt maíssíróp
- 1⅓ bolli ástríðumauki
- 4 matskeiðar ósaltað smjör, skorið í bita
- ½ tsk kosher salt

LEIÐBEININGAR:

a) Blandið saman sykri, vatni og maíssírópi í stórum þykkbotna potti. Látið suðuna koma upp við meðalhita, hrærið til að leysa upp sykurinn og penslið af og til niður hliðarnar á pönnunni með blautum sætabrauðspensli til að skola af sykurkristallum.

b) Hækkið hitann í meðalháan og látið sjóða án þess að hræra þar til sírópið er dökkgult, um það bil 8 mínútur.

c) Takið pönnuna af hitanum. Bætið varlega ástríðuávaxtamaukinu út í (það mun kúla og skvetta, svo vertu varkár þegar þú hellir því í), smjöri, salti og þeytari til að blandast eins mikið og mögulegt er (karamellan harðnar aðeins).

d) Setjið pönnuna yfir meðalhita, látið suðuna koma upp og eldið, hrærið, þar til karamellan hefur leyst upp og sósan er slétt. Takið af hellunni og látið kólna. Geymd í loftþéttu íláti í kæli geymist sósan í allt að 10 daga.

e) Berið sósuna fram volga eða við stofuhita.

72. Greipaldin ástríðuost

HRÁEFNI:
- ¼ bolli ástríðumauki
- 3 matskeiðar sykur
- 1 egg
- ½ gelatínblaða
- 6 matskeiðar mjög kalt smjör
- ¼ teskeið kosher salt
- 1 stór greipaldin
- 1 tsk vínberjaolía

LEIÐBEININGAR:
a) Setjið ástríðumaukið og sykur í blandara og blandið þar til sykurkornin hafa leyst upp. Bætið egginu saman við og blandið á lágan hita þar til þú hefur skær appelsínugula blöndu. Flyttu innihald blandarans yfir í meðalstóran pott eða pott. Hreinsaðu blöndunarhylkið.
b) Blómaðu gelatíníð.
c) Hitið ástríðublönduna við lágan hita og þeytið reglulega. Þegar það hitnar mun það byrja að þykkna; fylgist vel með. Þegar blandan sýður, fjarlægðu hana af hellunni og færðu hana yfir í blandarann. Bætið blómstrandi matarlíminu, smjörinu og salti saman við og blandið þar til blandan er þykk, glansandi og ofurslétt.
d) Færið blönduna yfir í hitaþolið ílát og setjið í ísskáp í 30 til 60 mínútur, þar til ástríðuávöxturinn hefur kólnað alveg.
e) Á meðan ástríðuávöxturinn er að kólna skaltu nota skurðarhníf til að fjarlægja börkinn varlega af greipaldininu. Fjarlægðu síðan hvern hluta greipaldins varlega úr himnunum með því að skera niður báðar hliðar hvers hluta, meðfram himnunni, að miðju ávaxtanna; hlutar ættu að koma strax út.
f) Setjið greipaldinsbitana í lítinn pott með vínberjaolíu og hitið við vægan hita, hrærið af og til og varlega með skeið. Eftir um það bil 2 mínútur mun heita olían hjálpa til við að aðskilja og hylja einstaka greipaldins-"þræðina". Takið af hellunni og látið þræðina kólna aðeins áður en haldið er áfram.
g) Notaðu skeið eða gúmmíspaða og hrærðu greipaldinsþræðinum varlega í kælda ástríðuávaxtaostinn. Notið strax eða setjið í loftþétt ílát og geymið í ísskáp í allt að 1 viku.

73. Ástríðuávextir ostur

HRÁEFNI:
- ½ bolli ástríðumauki
- ⅓ bolli sykur
- 2 egg
- 1 gelatínblaða
- 12 matskeiðar smjör, mjög kalt
- ½ tsk kosher salt

LEIÐBEININGAR:

a) Setjið ástríðumaukið og sykur í blandara og blandið þar til sykurkornin hafa leyst upp. Bætið eggjunum út í og blandið saman við lágan hita. Flyttu innihald blandarans yfir í meðalstóran pott eða pott. Hreinsaðu blöndunarhylkið.

b) Blómaðu gelatíníð.

c) Hitið ástríðublönduna við lágan hita og þeytið reglulega. Þegar það hitnar mun það byrja að þykkna; fylgist vel með. Þegar það sýður skaltu taka það af hellunni og setja það yfir í blandarann. Bætið blómstrandi matarlíminu, smjörinu og salti saman við og blandið þar til blandan er þykk, glansandi og ofurslétt.

d) Settu blönduna yfir í hitaþolið ílát og settu hana í ísskáp þar til osturinn hefur kólnað alveg í að minnsta kosti 30 mínútur.

74. Ástríðuávaxtasalsa

HRÁEFNI:
- 2 ástríðuávextir, kvoða fjarlægður
- 1 stór tómatur, skorinn í teninga
- ¼ rauðlaukur, sneiddur
- ¼ bolli ferskt kóríander, saxað
- 1 jalapeño pipar, fræhreinsaður og skorinn í teninga
- 1 matskeið lime safi
- Salt og pipar eftir smekk
- Mangó (valfrjálst)

LEIÐBEININGAR:

a) Blandið í skál ástríðukvoða, hægelduðum tómötum, rauðlauk, kóríander og jalapeño pipar.

b) Bætið límónusafa út í og kryddið með salti og pipar.

c) Kældu í ísskáp í að minnsta kosti 30 mínútur áður en það er borið fram.

d) Berið fram með tortilla flögum eða sem álegg á grillaðan fisk eða kjúkling.

75. Ástríðuávöxtur Guacamole

HRÁEFNI:
- 2 þroskuð avókadó, afhýdd og maukuð
- ¼ bolli niðurskorinn rauðlaukur
- ¼ bolli hakkað ferskt kóríander
- 1 jalapeño pipar, fræhreinsaður og skorinn í teninga
- 2 matskeiðar lime safi
- ¼ bolli ástríðukvoða
- Salt og pipar eftir smekk

LEIÐBEININGAR:

a) Blandið maukað avókadó, rauðlauk, kóríander, jalapeño pipar, lime safa og ástríðuávaxtasafa í skál.
b) Kryddið með salti og pipar.
c) Kældu í ísskáp í að minnsta kosti 30 mínútur áður en það er borið fram.
d) Berið fram með tortilla flögum eða sem álegg fyrir taco.

76. Ástríðuávaxtasulta

HRÁEFNI:
- 4 ástríðuávextir
- 1 bolli sykur
- 1 matskeið sítrónusafi

LEIÐBEININGAR:
a) Skerið ástríðuávextina í tvennt og ausið kvoða úr þeim.
b) Blandið ástríðuávaxtasafanum, sykri og sítrónusafa saman í pott.
c) Látið suðuna koma upp við miðlungshita, hrærið af og til.
d) Lækkið hitann í lágan og látið malla í um 20 mínútur þar til blandan þykknar.
e) Takið af hitanum og látið kólna.
f) Færið sultuna yfir í sótthreinsaða krukku og geymið í kæli.

77. Ástríðuávaxtasmjör

HRÁEFNI:
- 4 ástríðuávextir
- 1/2 bolli ósaltað smjör, mildað
- 2 matskeiðar flórsykur

LEIÐBEININGAR:
a) Skerið ástríðuávextina í tvennt og ausið kvoða úr þeim.
b) Blandið saman mjúka smjörinu, flórsykrinum og ástríðuávöxtum í skál.
c) Blandið vel saman þar til öll innihaldsefnin eru að fullu blandað saman.
d) Flyttu ástríðuávaxtasmjörinu í krukku eða ílát og kældu þar til það er stíft.
e) Notaðu smjörið á ristað brauð, muffins eða sem álegg fyrir eftirrétti.

78. Vinaigrette ástríðuávaxta

HRÁEFNI:
- 2 ástríðuávextir
- 1/4 bolli ólífuolía
- 2 matskeiðar hvítvínsedik
- 1 matskeið hunang
- Salt og pipar eftir smekk

LEIÐBEININGAR:
a) Skerið ástríðuávextina í tvennt og ausið kvoða úr þeim.
b) Þeytið saman ástríðukvoða, ólífuolíu, hvítvínsedik, hunang, salt og pipar í lítilli skál.
c) Stilltu kryddið eftir smekk þínum.
d) Notaðu ástríðuvínigrettuna sem dressingu fyrir salat eða sem marinering fyrir grillað kjöt.

79. Ástríðuávaxta heit sósa

HRÁEFNI:
- 4 ástríðuávextir
- 4 rauðar chilipipar
- 2 hvítlauksgeirar
- 2 matskeiðar edik
- 1 matskeið sykur
- Salt eftir smekk

LEIÐBEININGAR:
a) Skerið ástríðuávextina í tvennt og ausið kvoða úr þeim.
b) Fræhreinsið og saxið rauða chilipiparinn smátt.
c) Myljið hvítlauksrifurnar.
d) Í blandara eða matvinnsluvél, blandaðu ástríðuávaxtakjötinu, söxuðum chilipipar, pressuðum hvítlauk, ediki, sykri og salti saman.
e) Blandið þar til slétt.
f) Setjið blönduna yfir í pott og látið malla við vægan hita í um 10 mínútur.
g) Látið heitu sósuna kólna alveg áður en hún er geymd í dauðhreinsaða krukku.
h) Notaðu heitu ástríðuávaxtasósuna til að bæta smá hita og bragði við uppáhaldsréttina þína.

80. Ástríðumajónes

HRÁEFNI:
- 2 ástríðuávextir
- 1/2 bolli majónesi
- 1 matskeið sítrónusafi
- Salt og pipar eftir smekk

LEIÐBEININGAR:
a) Skerið ástríðuávextina í tvennt og ausið kvoða úr þeim.
b) Í skál, blandaðu ástríðukvoða, majónesi, sítrónusafa, salti og pipar.
c) Blandið vel saman þar til öll innihaldsefnin eru að fullu blandað saman.
d) Smakkið til og stillið kryddið eftir þörfum.
e) Notaðu ástríðumajónesið sem álegg fyrir samlokur, hamborgara eða sem ídýfu fyrir franskar.

81. Ástríðuávaxta BBQ sósa

HRÁEFNI:
- 4 ástríðuávextir
- 1 bolli tómatsósa
- 1/4 bolli púðursykur
- 2 matskeiðar sojasósa
- 1 msk Worcestershire sósa
- 1 matskeið Dijon sinnep
- 1 tsk hvítlauksduft
- 1 tsk reykt paprika
- Salt og pipar eftir smekk

LEIÐBEININGAR:
a) Skerið ástríðuávextina í tvennt og ausið kvoða úr þeim.
b) Blandið saman ástríðukvoða, tómatsósu, púðursykri, sojasósu, Worcestershire sósu, Dijon sinnepi, hvítlauksdufti, reyktri papriku, salti og pipar í pott.
c) Hrærið vel til að blanda saman.
d) Látið blönduna sjóða við meðalhita, hrærið af og til.
e) Lækkið hitann í lágan og látið malla í um 15-20 mínútur þar til sósan þykknar.
f) Takið af hitanum og látið kólna.
g) Notaðu BBQ ástríðusósuna til að gljáa grillað kjöt, sem ídýfusósu eða sem marinering.

82. Ástríðuávöxtur Aioli

HRÁEFNI:
- 2 ástríðuávextir
- 1/2 bolli majónesi
- 1 hvítlauksgeiri, saxaður
- Safi úr 1 sítrónu
- Salt og pipar eftir smekk

LEIÐBEININGAR:
a) Skerið ástríðuávextina í tvennt og ausið kvoða úr þeim.
b) Í skál, blandaðu ástríðuávöxtum, majónesi, hakkaðri hvítlauk, sítrónusafa, salti og pipar saman við.
c) Blandið vel saman þar til öll innihaldsefnin eru að fullu blandað saman.
d) Stilltu kryddið eftir smekk þínum.
e) Notaðu ástríðuávaxta-aioli sem dýfingarsósu fyrir franskar, smurbrauð fyrir samlokur eða sem krydd fyrir sjávarfang.

83. Ástríðu-chutney

HRÁEFNI:
- 4 ástríðuávextir
- 1/2 bolli saxaður ananas
- 1/4 bolli saxaður rauðlaukur
- 1/4 bolli rúsínur
- 2 matskeiðar púðursykur
- 2 matskeiðar eplaedik
- 1 tsk rifinn engifer
- 1/4 tsk malaður kanill
- 1/4 tsk malaður negull
- Salt eftir smekk

LEIÐBEININGAR:
a) Skerið ástríðuávextina í tvennt og ausið kvoða úr þeim.
b) Blandið saman ástríðuávöxtum, saxuðum ananas, saxuðum rauðlauk, rúsínum, púðursykri, eplaediki, rifnum engifer, möluðum kanil, möluðum negul og salti í pott.
c) Hrærið vel til að blanda saman.
d) Látið suðuna koma upp við meðalhita, lækkið hitann niður í lágan og látið malla í um 30 mínútur, hrærið í af og til.
e) Takið af hitanum og látið kólna.
f) Flyttu chutneyinu yfir í sótthreinsaða krukku og geymdu í kæli.
g) Notaðu ástríðuávaxtachutneyið sem krydd með steiktu kjöti, samlokum eða ostadiskum.

84. Ástríðuávaxta sinnep

HRÁEFNI:
- 4 ástríðuávextir
- 1/2 bolli Dijon sinnep
- 1 matskeið hunang
- 1 tsk eplaedik
- Salt og pipar eftir smekk

LEIÐBEININGAR:
a) Skerið ástríðuávextina í tvennt og ausið kvoða úr þeim.
b) Í skál, blandaðu ástríðukvoða, Dijon sinnepi, hunangi, eplaediki, salti og pipar.
c) Blandið vel saman þar til öll innihaldsefnin eru að fullu blandað saman.
d) Smakkið til og stillið kryddið eftir þörfum.
e) Notaðu ástríðuávaxtasinnepið sem krydd fyrir samlokur, hamborgara eða sem ídýfu.

KOKTAIL OG KOKTAIL

85. Ástríðuávaxta Boba te

HRÁEFNI:

- 1 lítra vatn
- 4 grænt tepokar
- 120 g Svartar Tapioca perlur
- 40 ml hlynsíróp
- 8 ástríðuávextir
- 240 ml kókosdrykkur

LEIÐBEININGAR:

a) Sjóðið vatnið sem gefið er upp, hellið því í skál og bætið grænu tepokunum við.
b) Leyfðu þeim að malla í 5 mínútur og fjarlægðu þau síðan.
c) Leyfðu græna teinu að kólna alveg í ísskápnum.
d) Á meðan skaltu sjóða pott af vatni og bæta við tapíókaperlunum.
e) Um leið og þær fljóta upp á yfirborðið, hyljið pottinn og eldið þær í 3 mínútur.
f) Slökktu síðan á hitanum og geymdu perlurnar inni í pottinum í 3 mínútur í viðbót.
g) Tæmdu nú eldunarvatnið og bætið perlunum í skál fyllta með köldu vatni.
h) Leyfðu þeim að kólna í 20 sekúndur og tæmdu vatnið aftur.
i) Blandið tapíókakúlunum saman við hlynsíróp.
j) Skellið deiginu af ástríðuávöxtunum í fínmöskju sigti og síið safanum í skál.
k) Til að setja saman boba-teið, skiptið tapíókakúlunum í há glös og hellið síðan ástríðusafanum og kalt grænt te út í.

86. Vatnsís á ástríðuávöxtum

HRÁEFNI:

- 12 þroskaðir ástríðuávextir
- 1 bolli vatn
- ¾ bolli ofurfínn sykur
- 1 matskeið appelsínusafi
- 1 tsk sítrónusafi

LEIÐBEININGAR:

a) Skerið allt ávaxtasafann og safa úr og síið í skál til að fjarlægja svörtu fræin. Hrærið vatni, sykri og safa saman við. Kælið í um 30 mínútur á meðan sykurinn leysist upp. Hrærið af og til.

b) Hellið blöndunni í frystiílát og frystið þar til hún er næstum stíf, hrærið og brjótið upp í kristalla einu sinni eða tvisvar.

c) Þegar þú ert tilbúinn til að bera fram skaltu brjóta vatnsísinn upp með gaffli þar til hann hefur kornóttan þykkt.

d) Berið fram með panna cotta eða crème Brûlée og smá ferskum ástríðusafa hellt yfir á síðustu stundu.

87. Passion Fruit Cooler

HRÁEFNI:
- 1 eyri appelsínusafi
- ½ eyri sítrónusafa
- ½ eyri gin
- 1 ½ aura ljós romm
- 3 aura ástríðusnektar

LEIÐBEININGAR:
a) Fylltu kokteilhristarann með ís.
b) Bætið við safa, gini, rommi og ástríðurnektari.
c) Hristið.
d) Sigtið í háglös með ís.

88. Róleg ferð

HRÁEFNI:

- ½ eyri Galliano
- ½ eyri ástríðuávaxtasírópi
- 2 tsk sítrónusafi
- ½ eyri ljós romm
- ½ egg
- ⅓ bolli mulinn ís

LEIÐBEININGAR:

a) Hellið Galliano, ástríðusírópi, sítrónusafa, rommi, egghelmingi og muldum ís í blandara.
b) Blandið á lágum hraða í 15 sekúndur.
c) Hellið í kælt kampavínsglas með djúpri undirskál.

89. Fiðrildabaun og gul sítrónaða

HRÁEFNI:
sítrónusíróp:
- 80 g stevía
- 25 g sykur
- 250ml vatn
- 4 mandarínur
- 6 sítrónur
- 4 lime

AÐ BYGGJA KOKTAIL:
- 1 bolli af Butterfly ertate
- gosvatn
- mulinn ísaður

Skreytingar:
- Þurrkaðar sítrussneiðar
- Ástaraldin
- Ætandi blóm

LEIÐBEININGAR:
sítrónusíróp:
a) Til að búa til sírópið, leysið stevíuna og sykurinn upp í 250 ml af vatni.
b) Skrælið mandarínur, sítrónur og lime og bætið út í sæta sírópið.
c) Safa sítrus og bæta við blönduna.
d) Setjið lokið yfir og látið berkinn liggja yfir nótt í ísskápnum.
e) Síuðu börkinn og deigið með sigti í hreina könnu.
f) Fylltu hátt glas með muldum ís.

AÐ BYGGJA KOKTAIL
g) Til að búa til lögin skaltu bæta sítrónusírópinu þínu við um ¼ eða ⅓ af glasinu. Fylltu upp með ís.
h) Næst skaltu bæta gosvatninu við.
i) Bætið fiðrildabaunateinu hægt út á ísinn með því að hella því á bakhlið skeiðar.
j) Hrærið varlega til að blanda bragðlögunum saman og bætið álegginu við.

90. Passion Fruit And Mace Mocktail

HRÁEFNI:

- 1 blað þurrkað mace,
- 4 matskeiðar sykur
- Deig úr 4 ástríðuávöxtum
- ísmolar

LEIÐBEININGAR:

a) Myljið þurrkað maukið og sykurinn.
b) Í pönnu, sameina mace blönduna með 12 aura af vatni og sjóða.
c) Bætið ástríðumassanum í pottinn og eldið í 2 mínútur þar til sykurinn leysist upp.
d) Takið af hitanum og látið kólna.
e) Bætið nokkrum ísmolum í 4 glös, hellið mocktail yfir ísinn og njótið.

91. Colombiana

HRÁEFNI:
- 1½ aura gamalt kólumbískt romm
- ¼ aura ástríðusíróp
- 2 aura af blóðappelsínugosi
- 12 aura af Ginger Ale
- 10 grömm tamarind
- Sítrusávaxtasneið, til að skreyta

LEIÐBEININGAR:
a) Fylltu kokteilhristarann með ís.
b) Bætið við öllu hráefninu og hristið.
c) Sigtið og skreytið.

92. Ávaxta jurtate

HRÁEFNI:
- 1 poki Passion te
- Appelsínugult hjól
- Myntulauf
- 4 bollar Vatn
- 2 bollar ferskur appelsínusafi

LEIÐBEININGAR:
a) Settu tepokann í sjóðandi vatn og láttu hann malla í 5 mínútur.
b) Fjarlægðu tepokann. Hellið teinu í könnu fyllta með ís.
c) Fylltu það sem eftir er í könnunni með vatni.
d) Fylltu kokteilhristara með brugguðu tei og appelsínusafa.
e) Hristið og síið í ísfyllt glas.
f) Endið með appelsínuhjóli og myntulaufum.

93. Ástríðuávaxta-myntu íste

HRÁEFNI:
- 6 tepokar
- 4 bollar sjóðandi vatn
- bolli Fersk mynta
- ¼ bolli sykur
- bolli Passion ávaxtasafi; ferskt eða frosið

LEIÐBEININGAR:
a) Settu tepokana og myntu í ílát.
b) Hellið sjóðandi vatninu yfir þær.
c) Látið malla í 10 mínútur.
d) Bætið sykrinum saman við til að leysast upp.
e) Bætið ástríðusafanum út í og síið yfir ís.
f) Skreytið með greinum af ferskri myntu.

94. Baccarat Rouge

HRÁEFNI:
- 2 aura Tequila
- 1 únsa ástríðuávaxtasafi
- ¼ aura Allspice Dram
- ¼ aura lime safa
- ¼ aura digestif

LEIÐBEININGAR:
a) Bætið öllu hráefninu í hristaraform með ís og hristið kröftuglega.
b) Sigtið í steinglas með ferskum ís.
c) Skreytið með kandískuðu hibiscusblómi.

95. Berry Tutti-frutti

HRÁEFNI:
- 4 pund jarðarber
- 2 pund hindber
- 1 pund bláber
- 2 pund ferskjur
- Tvær 16 aura dósir af súrbökukirsuberjum
- 12 aura dós af frosnum rauðum þrúgusafa
- 12-únsu dós ananas, banani, ástríðuávaxtadrykkur
- 6 pund sykur
- 2 pund af léttu hunangi
- nægjanlegt vatn til að bæta upp fimm lítra
- 10 tsk sýrublanda
- 1½ tsk tannín
- 2½ tsk pektínensím
- 6 tsk ger næringarefni
- 5 Campden töflur, muldar (valfrjálst)
- 1 pakki af kampavínsgeri

LEIÐBEININGAR:

a) Undirbúið alla ávextina og setjið í einn stóran eða tvo minni nælonþynningarpoka. Þiðið safana. Settu þau í botninn á sótthreinsuðu aðal gerjunartæki.

b) Sjóðið um 1 til 2 lítra af vatni með sykri og hunangi, eftir því hversu stóran ketil þú ert með. Skerið ef þarf.

c) Hellið heitu sykurvatninu yfir ávextina og safana. Bætið restinni af vatninu sem þarf til að bæta upp fimm lítra og aðeins meira.

d) Bættu við ger næringarefninu, sýrunni og tannínínu, þar á meðal Campden töflunum, ef þú velur að nota þær.

e) Lokaðu og settu í loftlás. Ef þú notar Campden töflurnar skaltu bíða í að minnsta kosti 12 klukkustundir áður en þú bætir pekínensíminu við. Eftir 12-24 klukkustundir til viðbótar skaltu athuga PA og bæta við gerinu.

f) Hrærið daglega. Eftir viku eða tvær skaltu lyfta ávaxtapokunum upp og láta þá renna af án þess að kreista. Fargið ávöxtunum. Skoðaðu magn víns og PA. Ef þú þarft að bæta við meira vatni, gerðu það. Ef þú átt aðeins of mikið, ekki hafa áhyggjur. Lífið er of stutt eins og það er.

g) Þegar PA fer niður í 2 til 3 prósent, settu vínið af í glerbíl og settu það með loftlás.

h) Settu það tvisvar í viðbót á næstu sex mánuðum eða svo. Bíddu þar til vínið hreinsar og það gerjast út.

i) Flaskaðu það í stórum og venjulegum flöskum. Bíddu í sex mánuði áður en þú reynir.

96. Ástríðuávöxtur Brandywine

HRÁEFNI:
- 6 Ástríðuávöxtur
- 1 flaska af þurru hvítvíni
- 1 matskeið hunangsvökva aura brandy

LEIÐBEININGAR:

a)   Kreistu hold og korn af ástríðuávöxtum í glerkrukku með loki. Bætið hvítvíninu út í.

b)   Lokið, hristið og haldið köldum og dökkum í 5 daga.

c)   Sigtið síðan vínið í pott. Bætið hunanginu út í og hitið varlega þar til hunangið er uppleyst.

d)   Látið það kólna og bætið við brennivíninu, flöskunni og lokinu.

97. Ástríðuávaxta Mojito

HRÁEFNI:
- 2 aura hvítt romm
- 1 únsa ástríðuávaxtasafi
- 1 eyri lime safi
- 1 matskeið sykur
- 6-8 fersk myntublöð
- Gosvatn
- Mulinn ís
- Myntugrein og limebátur til skrauts

LEIÐBEININGAR:
a) Blandið myntulaufunum, limesafanum og sykrinum saman í kokteilhristara.
b) Bætið hvíta romminu og ástríðusafanum í hristarann.
c) Fylltu hristarann af klaka og hristu vel til að blandast saman.
d) Sigtið blönduna í glas fyllt með muldum ís.
e) Toppið með gosvatni.
f) Skreytið með myntugrein og limebát.
g) Njóttu hressandi ástríðuávaxta mojito!

98. Passion Fruit Espresso Sour

Hráefni:
- 2 aura ástríðumauk eða safi
- 1 ½ aura espressó eða sterkt bruggað kaffi, kælt
- 2 aura bourbon eða viskí
- ¾ únsa ferskur sítrónusafi
- ½ aura einfalt síróp
- Ís
- Sítrónutvistur, til skrauts (valfrjálst)

LEIÐBEININGAR:
a) Fylltu kokteilhristara með ís.
b) Bætið ástríðumaukinu eða safa, espressó eða kaffi, bourbon eða viskí, ferskum sítrónusafa og einföldu sírópinu í hristarann.
c) Hristið blönduna kröftuglega í um það bil 15-20 sekúndur til að blanda saman og kæla innihaldsefnin.
d) Sigtið kokteilinn í steinglas fyllt með ís.
e) Skreytið með sítrónusveiflu, ef vill.
f) Berið fram og njótið Passion Fruit Espresso Sour!

99. Passion Fruit Piña Colada

HRÁEFNI:
- 2 aura hvítt romm
- 2 aura ananassafi
- 2 aura kókosrjómi
- 1 únsa ástríðuávaxtasafi
- Ananasbátur og kirsuber til skrauts
- Ísmolar

LEIÐBEININGAR:
a) Blandaðu saman hvítu rommi, ananassafa, kókosrjóma, ástríðuávaxtasafa og ísmolum í blandara.
b) Blandið þar til slétt og froðukennt.
c) Hellið blöndunni í glas.
d) Skreytið með ananasbát og kirsuber.
e) Soppa og flytja þig til suðrænnar paradísar með þessari ástríðuávöxtum piña colada!

100. Ástríðuávaxta límonaði

HRÁEFNI:
- 2 aura ástríðuávaxtasafi
- 2 aura sítrónusafi
- 2 aura einfalt síróp
- 4 aura freyðivatn
- Sítrónusneiðar og fersk myntublöð til skrauts
- Ísmolar

LEIÐBEININGAR:
a) Í glasi skaltu sameina ástríðusafann, sítrónusafann og einfalda sírópið.
b) Hrærið vel til að blanda saman.
c) Bætið ísmolum í glasið.
d) Toppið með freyðivatni.
e) Skreytið með sítrónusneiðum og ferskum myntulaufum.
f) Njóttu bragðmikils og frískandi bragðs af ástríðuávaxtalímonaði!

NIÐURSTAÐA

Við vonum að þessi matreiðslubók hafi veitt þér innblástur til að verða skapandi með ástríðuávöxtum í eldhúsinu. Hvort sem þú ert að leita að nýrri eftirréttaruppskrift til að heilla gestina þína eða einstöku ívafi á klassískum rétti, þá er ástríðuávöxtur hið fullkomna hráefni til að bæta bragði og spennu í hvaða máltíð sem er.

Svo, farðu á undan og prófaðu nokkrar af uppskriftunum í þessari bók, gerðu tilraunir með hugmyndir þínar og síðast en ekki síst, skemmtu þér! Mundu að eldamennska snýst allt um að kanna og njóta bragðanna af mismunandi hráefnum og með ástríðuávöxtum eru möguleikarnir sannarlega óþrjótandi. Góða eldamennsku!

www.ingramcontent.com/pod-product-compliance
Lightning Source LLC
LaVergne TN
LVHW021708060526
838200LV00050B/2560